તમે પણ કરોડપતિ બની શકો છો !

પ્રિય વાચક,

આજથી સો વર્ષ પહેલાં, સામાન્ય માણસ માટે કરોડપતિ કે લાખોપતિ બનવું અશક્ય જ હતું. વીસમી સદીની શરૂઆતના આંકડા તપાસો, તો હું શું કહેવા માગું છું, તે વધારે સમજાશે.

ઈ.સ. 1900માં આ દેશનો સરેરાશ માણસ કલાકના 22 પૈસા કમાતો હતો. એટલે તેની સરેરાશ વાર્ષિક આવક કેટલી હશે, તેનો તમે અંદાજ માંડી શકશો. એ સરેરાશ કામદાર ગરીબી રેખાની નીચે જ જીવતો. માત્ર 6% લોકો જ સ્નાતક થઈ શકતા અને લોકોની સરેરાશ આયુ 47 વર્ષ રહેતી. માત્ર 14% લોકો જ સરેરાશથી ઊંચી જીવનશૈલી માણી શકતા. સરેરાશ માણસની આવકનો 80% ટકા હિસ્સો તો રોટી, કપડાં અને મકાનમાં જ વપરાઈ જતો હતો.

બીજા શબ્દોમાં કહીએ તો 100 વર્ષ પહેલાં સમાજમાં માત્ર બે વર્ગ જ હતા – ધનવાન અને બીજા બધા. દર દસમાંથી માત્ર એક જ કુટુંબ ઉચ્ચ વર્ગ કે મધ્યમ વર્ગમાં આવતું. અર્થાત 90% લોકો ગરીબ જ હતા.

પગારની રાહ જોતો મધ્યમવર્ગ

100 વર્ષ પછીની એટલે કે 2001ની વાત કરીએ.

આજે કુટુંબની સરેરાશ આવક 47,000 છે. દેશમાં વૈભવી વસ્તુઓની સંખ્યા વધી છે. મોટાભાગના પરિવારો પાસે બે ટીવી છે.

સરેરાશ આયુ પણ હવે 75 માનવામાં આવે છે. આજે, સરેરાશ લોકો પાસે વાપરવા માટે વધારે રૂપિયા હોય છે અને આનંદ-પ્રમોદ માટે સમય પણ વધારે હોય છે. તેમને કારકિર્દીની પસંદગી વખતે વિકલ્પો પણ વધારે મળી રહે છે.

એમ છતાં આજે પણ દેશના મોટાભાગનાં કુટુંબો પગારની રાહ જોતા રહે છે. જો સરેરાશ કુટુંબોના ઘર, ફર્નિચર અને વાહનની ગણતરી ન કરીએ, તો તેમની પાસે કોઈ પણ પ્રકારની મિલકત હોતી નથી. એસેટ ખાતે શૂન્ય ! કુટુંબોની આવક વધી છે, તો સામે પક્ષે તેમના દેવા અને કામ કરવાના કલાકો પણ વધ્યા છે.

આમાં ખોટું શું થઈ રહ્યું છે ?

શું તમે ખોટી સિસ્ટમમાં ફસાઈ ગયા છો ?

ખોટું એ થઈ રહ્યું છે કે મોટાભાગના લોકોએ જીવનના આયોજનમાં જ ભૂલ કરી છે. એ લોકો ખોટી સિસ્ટમમાં ફસાઈ ગયા છે અને તેમનામાં સંપત્તિનું સર્જન અને સંગ્રહ કઈ રીતે કરવો, તેની સમજણ નથી.

હવે હું જે કહેવા જઈ રહ્યો છું, તે સાંભળીને કદાચ તમને આઘાત પણ લાગે. તૈયાર છો એના માટે ?

ચાસણી લગાડ્યા વિના એકદમ સરળ શબ્દોમાં કહેવું હોય, તો એમ કહી શકાય કે *"લાખોપતિ/કરોડપતિ બનવું એ તક નહીં પણ પસંદગીનો વિષય છે."* Chance નહીં પરંતુ Choice ની વસ્તુ છે.

હું સાચું કહું છું. આજે મધ્યમવર્ગ જેટલી આવક ધરાવતો કોઈ પણ માણસ લાખોપતિ બની શકે છે. અશક્ય લાગે છે ? બિલકુલ નથી. ખરેખર એ એકદમ સરળ વાત છે.

જો તમારે લાખોપતિ બનવું છે, તો તમારે આ ત્રણ પગલાં સમજવાં પડશે.

(1) સંપત્તિનું સર્જન અને સંગ્રહ કઈ રીતે થાય છે, તે સમજો.

(2) સંપત્તિ સર્જનની પરખાયેલી પદ્ધતિઓનું અનુસરણ કરો.

(3) લાંબા સમય સુધી સતત પ્રયત્ન કરતા રહો.

બસ, આ ત્રણ જ પગલાં અનુસરો. એનાથી જ સરેરાશ માણસ લાખોપતિ / કરોડોપતિ બની શકે છે.

આ પુસ્તકમાંથી તમને શું મળશે ?

આ પુસ્તકમાં તમને એ બધી યુક્તિઓ જાણવા મળશે, જેને અનુસરીને એક સરેરાશ માણસ પોતાના માટે અને પોતાના કુટુંબ માટે આર્થિક સ્વાતંત્ર્યનું સર્જન કરી શકે છે. આ બધી યુક્તિઓનું અનુસરણ કરવું એકદમ સરળ છે અને ઘણા લોકો તેને અનુસરીને આગળ વધી શક્યા છે. એટલે તે પરખાયેલી પણ છે. પાછલાં 50 વર્ષમાં આ પદ્ધતિથી લાખો લોકો લાખોપતિ થઈ શક્યા છે !

મિત્રો, લાખોપતિ બનવા માટે મોટા રોકાણ કે સદ્‌ભાગ્યની પણ આવશ્યકતા નથી. તમારે તો સંપત્તિ સર્જનની પરખાયેલી યુક્તિ સમજીને તેનું અનુસરણ જ કરવાનું છે.

બેસ્ટ સેલર પુસ્તક *'ધ મિલિયોનેર નેક્સ્ટ ડોર'*ના શબ્દોમાં કહીએ તો, "મોટાભાગના લાખોપતિઓ ટાટા-બિરલા-અંબાણીના વારસદારો નથી. એમાં 80%થી વધારે લોકો તો એવા સામાન્ય માણસો છે જેમણે માત્ર એક જ પેઢીમાં આટલી સંપત્તિ ભેગી કરી છે."

હવે આટલું વિચારો. *"80%થી વધારે (લાખોપતિ) લોકો તો... સામાન્ય માણસો છે." આ આંકડા મેં આગળ જે કહ્યું એની પુષ્ટી જ કરે છે : "લાખોપતિ/કરોડપતિ બનવું એ તક નહીં પણ પસંદગીનો વિષય છે."* Chance નહીં પરંતુ Choice ની વસ્તુ છે.

'સફળતાની પાઈપલાઈન, જીવનની લાઈફલાઈન' પુસ્તક લખવાનો હેતુ એ જ છે કે તેના માધ્યમથી હું તમને એ યુક્તિઓથી પરિચિત કરવા માગું છું જેનો ઉપયોગ કરીને સદીઓથી ધનવાન લોકો વધુ ને વધુ ધનવાન બની રહ્યા છે. આ યુક્તિઓ પહેલા અમુક વિશેષ લોકો પૂરતી જ સીમિત હતી. જો ઈ.સ. 1900ના અરસામાં આ યુક્તિઓ તમે જાણતા હોત, તો પણ તમારી પાસે તેના અમલ માટે પૂરતું ધન કે સંપર્કો હોત નહીં. આજે એવું રહ્યું નથી.

આજે ટેક્નોલોજીની પહોંચ વધી છે અને મધ્યમવર્ગની આવક પણ વધી છે. સાથે સાથે ઇ-પાઇપલાઇનનું એક એવું બિઝનેસ મૉડલ પણ અસ્તિત્વમાં આવ્યું છે જેના થકી કોઈ પણ મધ્યમવર્ગનો, થોડુંક ભણેલો માણસ પોતાના ધન, સમય અને સંબંધોનો ઉપયોગ કરીને અંગત રીતે અને આર્થિક રીતે સ્વતંત્ર બની શકે છે.

આ પુસ્તકમાં વર્ણવેલી યુક્તિઓને અનુસરીને તમે પણ લાખોપતિ/કરોડોપતિ બની શકો છો.

આપનો વિશ્વાસુ,

બર્ક હેજીસ

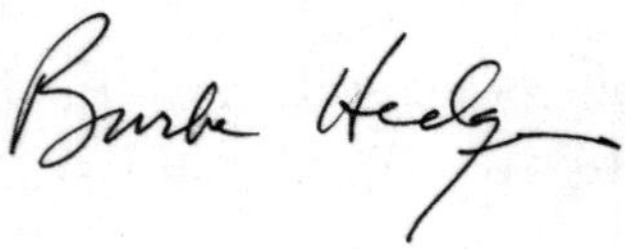

—— સફળતાની ——
પાઇપલાઇન
—— જીવનની ——
લાઇફલાઇન

(THE PARABLE OF THE PIPELINEનો
ગુજરાતી ભાવાનુવાદ)

—સફળતાની— પાઇપલાઇન —જીવનની— લાઇફલાઇન

કેવી રીતે કોઈ પણ માણસ સતત આવક
આપતી પાઈપલાઈન સર્જી શકે છે

બર્ક હેજીસ

ભાવાનુવાદ

ચિરાગ ઠક્કર 'જય'

Published by

MANJUL

Manjul Publishing House
Corporate and Editorial Office
• 2nd Floor, Usha Preet Complex,
42 Malviya Nagar, Bhopal - 462 003
Sales and Marketing Office
• C-16, Sector 3, Noida,
Uttar Pradesh 201301
E-mail: manjul@manjulindia.com
Website: www.manjulindia.com

Distributed by

Navbharat Sahitya Mandir
• Opp Patasa Pole, Nr. Jain Derasar,
Gandhi Road, Ahmedabad - 380 001
• 202 Pelican House,
Gujarat Chamber of Commerce Compound,
Opp. H. K. College, Ashram Road,
Ahmedabad - 380 009
Tel.: 079 - 22139253, 22132921
E-mail: info@navbharatonline.com
Website: www.navbharatonline.com

First published in India by

MANJUL

Manjul Publishing House

Corporate and Editorial Office:

•2nd Floor, Usha Preet Complex, 42 Malviya Nagar, Bhopal 462 003 - India

Sales and Marketing Office:

•C-16, Sector 3, Noida, Uttar Pradesh 201301, India

E-mail: manjul@manjulindia.com Website: www.manjulindia.com

Distributed by

Navbharat Sahitya Mandir

•Opp Patasa Pole, Nr. Jain Derasar, Gandhi Road, Ahmedabad - 380 001 - India

•202 Pelican House, Gujarat Chamber of Commerce Compound,
Opp. H. K. College, Ashram Road, Ahmedabad - 380 009 - India

Tel.: 079 - 22139253, 22132921 E-mail: info@navbharatonline.com

Website: www.navbharatonline.com

Gujarati translation of *The Parable of the Pipeline - How Anyone Can Build a Pipeline of Ongoing Residual Income in the New Economy* by *Burke Hedges*

This edition first published in 2020
Fifth impression 2025

ISBN 978-93-89143-96-6

Translation by Chirag Thakkar 'Jay'

Printed and bound in India by Repro India Ltd.

એ દરેકને
જેનામાં પાઈપલાઈન સર્જવા
જેટલી સમજ છે...
અને તે સમજણ બીજા સાથે
વહેંચવાની ઈચ્છા છે.

ઋણસ્વીકાર

આ પુસ્તકના લેખનમાં જેણે સૌથી વધારે સહાય કરી છે તે ડો. સ્ટીવ પ્રાઇઝને યાદ કરતાં શિસ્ત, નિર્ધાર, ધીરજ અને એકાગ્રતાના ગુણ આપોઆપ યાદ આવી જાય છે. સ્ટીવ, કોઈ પણ કામને શરૂઆતથી અંત સુધી લઈ જવા માટે જરૂરી તમામ ગુણો અને ખંત તમારામાં છે. હું તમારો હૃદયથી ઋણસ્વીકાર કરું છું અને તમને મારા 'અણમોલ' સાથી માનું છું.

આઈએનટીઆઈ પબ્લિશિંગના પ્રકાશક કેથરીન ગ્લોવરનો પણ હું દિલથી આભાર માનું છું. તેઓ અદ્ભુત પ્રકાશક છે. આ પુસ્તકના સર્જનમાં તેમણે જે નાનાં-નાનાં સૂચનો આપે રાખ્યાં છે અને બારીકમાં બારીક વિગતોનું પણ ધ્યાન રાખ્યું છે, તેણે આ પુસ્તકને વધારે સુંદર બનાવ્યું છે.

ડોના મોરિસને આ પુસ્તકને વાંચવામાં સરળ પડે તે રીતે ડિઝાઇન કરી આપ્યું છે. ડોના, તમારી સાથે કામ કરવાનો હંમેશાં આનંદ આવે છે અને તમારો પણ હું આભાર માનું છું.

આ પુસ્તકના મુખપૃષ્ઠને સજાવવા માટે હું લિઝ ચેરી અને તેની સર્જનાત્મક ટીમનો પણ આભારી છું. આ પુસ્તકના હાર્દને ચેરી ડિઝાઇન ટીમે સુંદર રીતે મુખપૃષ્ઠ પર ઉતારી બતાવ્યું છે.

આઈએનટીઆઈની ટીમના સભ્યોના નામ લીધા વિના આ ઋણસ્વીકાર અવશ્ય અધૂરો ગણાશે. સેન્ડી લોરેન્ઝન આ પ્રકાશનગૃહનાં

તમામ કામ ઘડિયાળના કાંટે ચલાવતી રહે છે. ડી ગેરેન્ડે આ ક્ષેત્રની પાંચ શ્રેષ્ઠ વેબસાઈટો ડિઝાઇન કરી છે અને તેનું તે સતત ધ્યાન રાખતો રહે છે. સિન્ડી હોજ હસતાં હસતાં, આનંદપૂર્વક વેરહાઉસની જવાબદારી સંભાળે છે. જ્વેલ પેરાગો કોમ્પ્યૂટરનો એક્સપર્ટ છે અને બધો હિસાબ કિતાબ પણ તેની આંગળીઓના ટેરવે જ હોય છે.

છેલ્લે, હું મારા પિતાજીનો પણ અંતઃકરણપૂર્વક ઋણસ્વીકાર કરું છુંઃ તેમણે જ ભારપૂર્વક નાનપણથી મારા મનમાં ઠસાવ્યું હતું કે 'સફળતાની પાઇપલાઇન, જીવનની લાઇફલાઇન'. તમારી ધીરજ અને ચાતુર્ય માટે તમને શત શત વંદન !

અનુક્રમ

બર્ક હેજીસની કલમે

સફળતાની પાઇપલાઇન, જીવનની લાઇફલાઇન

મારા પિતાજીના સ્વર્ગવાસને હવે તો 25 વર્ષ થઈ ગયાં છે. તેમ છતાં અમે સાંજે ચેસ રમતા એ ઘટના મને ગઈકાલે બની હોય એમ યાદ છે.

પ્રશાંત મહાસાગરના કિનારે ઈક્વાડોર દેશમાં દરિયાકાંઠે આવેલા અમારા ઘરના વરંડામાં હું તેમને ચેસની બાજી ગોઠવવામાં મદદ કરતો એ પણ મને યાદ છે.

સફેદ રેતીના કિનારે આવીને અથડાતા દરિયાનાં મોજાં પણ મને યાદ છે.

દરિયાના પાણી પર છવાતા ધુમ્મસમાં ભળેલી જાસૂદની સુગંધ પણ મને યાદ છે.

અને ભૂખરી ક્ષિતિજ પાછળ ડૂબતા સૂરજને હું નિહાળતો રહેતો, એ પણ મને યાદ છે.

એકદમ અંધારું થાય ત્યાં સુધી અમે ચેસ રમતા. તેઓ ઘણી વાતો કરતા અને હું સાંભળતો રહેતો.

"દરેક વસ્તુ આપણા ધાર્યા મુજબ જ થશે, એમ માની ન લેવું," ઘણીવાર ક્ષિતિજ પર પોતાની દૃષ્ટિ સ્થિર કરીને એ કહેતા, એ પણ મને યાદ છે.

એક દિવસમાં જ રાજાથી રંક

"દરેક વસ્તુ આપણા ધાર્યા મુજબ જ થશે, એમ માની ન લેવું."

મારા પિતાજી વાત કરતા હતા 1959ની, એ વર્ષ કે જ્યારે કાસ્ત્રોએ ક્યુબા દેશ પર પોતાની સરમુખત્યારી ઠોકી બેસાડી હતી. એ ક્રાંતિ પહેલાં, મારા પિતાજી ક્યુબાના સૌથી ધનાઢ્ય લોકોમાંના એક હતા. 'ટાઇમ' સામયિકમાં છપાયેલા એક લેખ અનુસાર તે સમયે મારા પિતાની સંપત્તિ 1 અબજ 37 કરોડ રૂપિયા જેટલી હતી (જે અત્યારના સમયમાં 13 અબજ 72 કરોડ રૂપિયા ગણી શકાય). તેઓ અલગ અલગ પ્રકારના 12 ધંધા કરતા હતા જેમાં કાપડની મિલ, છૂટક વેચાણની દુકાનો, કોટન મિલ, રસાયણોનું ઉત્પાદન અને વાણિજ્યિક મિલકતો પણ સામેલ હતાં.

જ્યારે કાસ્ત્રોએ દેશ પર કબજો જમાવ્યો ત્યારે મારાં માતા-પિતા માત્ર પહેર્યાં કપડે જમૈકા ભાગી છૂટ્યાં હતાં. સામ્યવાદીઓ જેને "જનતા વિરુદ્ધના ગુના" કહે છે, તે બહાના હેઠળ મારા પિતાના તમામ ધંધાઓ અને બેંક ખાતાં તે લોકોએ હસ્તગત કરી લીધાં હતાં.

અને મારા પિતાનો એક માત્ર "ગુનો" હતો તેમની સફળતા... અને આ સફળતા, આ વૈભવ તેમના ધાર્યા મુજબ કાયમ તેમના જ રહેવાના છે, એમ વિચારવું પણ તેમનો "ગુનો" ખરો ! હવે એ બધી બાબતો પર ચિંતન કરતાં એમ જણાય છે કે તેમણે તેમની સંપત્તિનો અમુક હિસ્સો દેશ બહાર રાખવાની જરૂર હતી. પણ તેમણે એમ માની લીધું હતું કે તેમના ધાર્યા અનુસાર કાસ્ત્રો કદી પણ સરકાર ઉથલાવી શકશે નહીં.

તેમની એ ધારણા ખોટી હતી. અને એટલે જ તેમણે પોતાની જીવનભરની મહેનતનાં ફળ ગુમાવવા પડ્યાં હતાં.

સફળતાની પાઇપલાઇન

પોતાના સામ્રાજ્યના પુનઃનિર્માણ માટે મારા પિતાજીએ અથાગ પ્રયત્નો કર્યા. જોકે ખરાબ અર્થવ્યવસ્થા અને બગડેલા હૃદયને કારણે તેમને

ધારી સફળતા મળી નહીં. જોકે અંતિમ દિવસોમાં તેમને કોઈના પ્રત્યે દ્વેષ નહોતો. તેઓ માત્ર એક જ વાતે નિરાશા અનુભવતા હતા કે તેમની પાસે હવે પૂરતો સમય નહોતો વધ્યો.

એટલે, અમે ચેસ રમતા, એ દરમિયાન તેમણે મને એ સિદ્ધાંતો શીખવવાનો પ્રયત્ન કર્યો જેના થકી તેઓ પોતાની ચાલીસીમાં ધનકુબેર બની શક્યા હતા.

મારા પિતાજી ઘણીવાર મને પોતાનો ધંધો શરૂ કરવા અંગે વાત કરતા. ધંધો પોતાનો હોય એટલે તેમાં પૂરતું સ્વાતંત્ર્ય અને નિયંત્રણ રહેવાનાં. તેઓ એમ માનતા હતા કે તમારા ધંધા જેટલા વધારે, એટલું તમારા માટે સારું.

"આવકની પાઈપલાઈન જ સફળતાની લાઈફલાઈન છે," એમ તે કહેતા રહેતા.

મેં મારા પિતાજીની વાત ગંભીરતાથી લીધી અને મારો પ્રથમ ધંધો મેં 25 વર્ષની ઉંમરે જ શરૂ કર્યો. આજે ઝડપથી વિકસતા જતા ઘણા બધા ધંધાનો હું માલિક છું.

મજાની વાત તો એ છે, મારી ઈક્વિબોર નામની એક કંપની થકી તો હું શબ્દશઃ પાઈપલાઈનનો જ ધંધો કરું છું ! ઈક્વિબોર દ્વારા હું એવી પાઈપલાઈનો નાખું છું જેનો ઉપયોગ જૂની કંપનીઓ ગેસ અને પાણીના વિતરણ માટે કરતી હતી અને નવી કંપનીઓ ફાઈબર ઓપ્ટિકનું જાળું ગૂંથવા કરે છે.

ધનવાન પિતાની વાતો

મારા પિતાજી અલગ અલગ ક્ષેત્રોમાં રોકાણ કરવામાં માનતા. એટલે જ તેમના 12 ધંધાઓ અલગ અલગ ક્ષેત્રના હતા.

"એક પાઈપલાઈન એટલે સફળતાની માત્ર એક જ દિશા," ચેસના મારા કોઈ કૂકરાને મારતાં તેઓ કહેતા. "જેટલી વધુ પાઈપલાઈન હશે, સફળતા એટલી જ મોટી હશે."

થોડાક દિવસો પહેલાં મને રોબર્ટ કિયોસ્કીની એક ઓડિયો ટેપ સાંભળવા મળી, જેનું નામ હતું *'વૉટ માય રિચ ડેડ ટોટ મી અબાઉટ ઈન્વેસ્ટિંગ'*. તેમાં રોબર્ટે એવા બે યુવાનોની વાર્તા કહી છે જેમને એક માઈલ દૂર આવેલા તળાવમાંથી પાણીની ડોલ ભરીને ગામમાં લાવવાની નોકરીએ રાખવામાં આવ્યા હતા. એક યુવાન ડોલ ભરી ભરીને પાણી લાવતો હતો પરંતુ બીજા યુવાને તળાવથી ગામ સુધી પાઈપલાઈન જ નાખવા માંડી. છેવટે, પાઈપલાઈન નાખનારો માણસ જ ડોલ ભરનારા યુવાન કરતાં વધારે સમૃદ્ધ થાય છે, એ તો આપણે સમજી શકીએ છીએ.

આ ઓડિયો ટેપ સાંભળતાં સાંભળતાં મને મારા પિતાજીએ 25 વર્ષ પહેલાં શીખવેલી વાતો યાદ આવી. એ દિવસે સાંજે મેં ઘરે જઈને પાઈપલાઈન અને લાઈફલાઈનવાળી વાતની 10 પાનામાં નોંધ કરી અને વાચકો કઈ રીતે નાની-મોટી પાઈપલાઈનો વડે પોતાની આવક વધારી શકે એના મુદ્દા પણ નોંધ્યા.

અને એ પુસ્તકનું શીર્ષક રાખ્યું, *'સફળતાની પાઈપલાઈન, જીવનની લાઈફલાઈન'*.

અને ત્રણ મહિના પછી મેં એ પુસ્તકની હસ્તપ્રત મારા પ્રકાશકના હાથમાં મૂકી જે તમે અત્યારે વાંચી રહ્યા છો.

તમારી પોતાની પાઇપલાઇન નાખવી

મારા પિતાજીની વાતો ગંભીરતાથી લઈને મેં ઘણી નફો રળતી પાઈપલાઈનો નાખી છે. તેમની જેમ મારી પાસે કંઈ 12 અલગ અલગ ધંધાઓ નથી. અને હું હજુ તેમની જેમ અબજોપતિ પણ નથી થયો.

પરંતુ એ દિશામાં હું અવશ્ય આગળ વધી રહ્યો છું.

આવી પાઈપલાઈનોનો હેતુ હોય છે નફો રળીને લોકોના જીવનની ચિંતાઓ ઘટાડવાનો. પરંતુ સૌથી મહત્ત્વની વાત તો એ છે કે આવી પાઈપલાઈનને કારણે માણસને અંગત તેમજ આર્થિક સ્વાતંત્ર્ય મળે છે અને જીવનભરની સલામતી પણ મળે છે.

ટૂંકમાં, સફળતાની પાઈપલાઈન એટલે જીવનની લાઈફલાઈન.

એક સરમુખત્યારે મારા પિતાજીના ધંધાઓ જપ્ત કરી લીધા અને એ તેમાંથી ક્યારેય બહાર આવી શક્યા નહીં. જોકે આ દેશના લોકો ઘણા જ નસીબદાર છે. આ દેશમાં ક્યારેય કોઈ સરમુખત્યાર આપણી પાઈપલાઈનો જપ્ત નહીં કરી શકે. આપણી પાઈપલાઈનો જપ્ત કરવાનું કામ માત્ર આપણે જ કરી શકીશું.

કેવી રીતે?

પાઈપલાઈનો નાખવાનો પ્રયત્ન જ નહીં કરીને!

મારા પિતાજીના જીવનમાંથી એ જ શીખવાનું છે : આવતીકાલ પણ આજ જેવી જ હશે, તેવું ધારી લેવું ભૂલ ભરેલું છે, કારણ કે એમ નથી જ બનવાનું!

માત્ર આપણી પાઈપલાઈન જ આપણી લાઈફલાઈન બની શકશે.

એટલે જ હું તમને કહું છું કે તમારી પાઈપલાઈન બિછાવવાનું આજથી જ શરૂ કરી દો, જેથી આવતીકાલે તે તમારી લાઈફલાઈન બની શકે!

પ્રસ્તાવના

1801, મધ્ય ઈટલીનો ખીણપ્રદેશ

ઘણા સમય પહેલાંની વાત છે. એક વાર ઈટલીના એક નાનકડા ગામમાં પાબ્લો અને બ્રુનો નામના મહત્ત્વાકાંક્ષી અને યુવાન પિતરાઈ બાજુ બાજુના ઘરમાં જ રહેતા હતા.

બંને યુવાનો ઘનિષ્ઠ મિત્રો હતા.

અને બંનેનાં સપનાં પણ મોટાં હતાં.

ક્યારે અને કઈ રીતે બંને ભાઈઓ એ ગામના સૌથી ધનવાન માણસ બનશે એ વિષે તેઓ સતત વાત કરતા રહેતા. બંને જણા બુદ્ધિશાળી અને મહેનતુ હતા. બંનેને માત્ર યોગ્ય તકની જ પ્રતિક્ષા હતી.

અને એક દિવસ એ તક આવી. ગામવાળાઓને એવા બે યુવાનોની જરૂરત હતી જેઓ ગામ પાસે આવેલી એક નદીમાંથી પાણી લઈ આવે અને ગામની વચ્ચે આવેલો કુંડ ભરે. એ કામ છેવટે પાબ્લો અને બ્રુનોને મળ્યું.

બંને હાથમાં એક એક ડોલ લઈને બંને યુવાનો નદીકિનારે જવા ઊપડ્યા. સાંજ સુધીમાં તો તેમણે આખો કુંડ ભરી નાખ્યો. ગામના વડીલોએ તેમને એક ડોલના એક રૂપિયા લેખે મહેનતાણું ચૂકવ્યું.

"આપણું સપનું હવે સાચું પડશે !" બ્રુનોએ સાનંદ કહ્યું. *"મને તો આપણા સદ્નસીબ પર વિશ્વાસ નથી પડતો."*

જોકે પાબ્લોને એમ લાગ્યું નહીં કે તેમનું સપનું આ રીતે પૂરું થશે.

ભારે ડોલ ઊંચકીને તેની પીઠ અને હાથ દુઃખી રહ્યા હતા. એટલે બીજે દિવસે સવારે તો તેને ઊભા થઈને કામે જવાની પણ ઈચ્છા નહોતી. એટલે તેણે મનોમન પ્રતિજ્ઞા લીધી કે નદીથી કુંડ સુધી પાણી પહોંચાડવાનો વધારે સારો માર્ગ તે શોધશે.

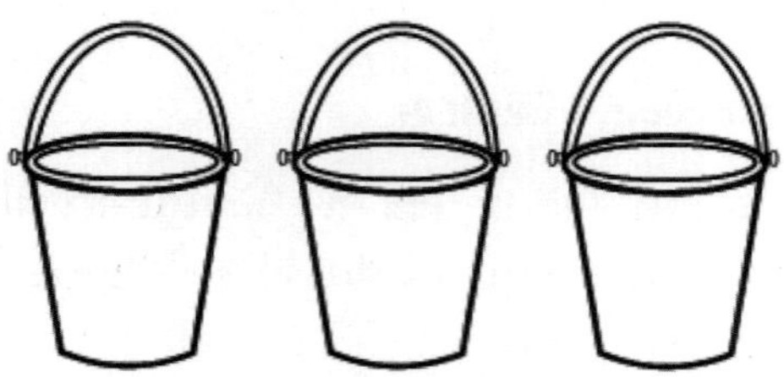

પાબ્લોની પાઇપલાઇન

"બ્રુનો, મેં એક યોજના વિચારી છે," બીજી દિવસે સવારે ડોલ લઈને નદીકિનારે જવા નીકળેલા પાબ્લોએ બ્રુનોને કહ્યું, "આખો દિવસ એક રૂપિયો ડોલના હિસાબે પાણીની ડોલો ઊંચકવા કરતાં આપણે નદીથી ગામના કુંડ સુધી એક પાઈપલાઈન જ નાખીએ તો કેવું ?"

બ્રુનો ચાલતાં ચાલતાં અચાનક અટકી ગયો.

"પાઈપલાઈન ! એવું તો કોઈએ સાંભળ્યું પણ ક્યાં છે ?" બ્રુનોએ કહ્યું. "આપણને ખરેખર સારી નોકરી મળી છે, પાબ્લો. હું દરરોજની 100 ડોલ લાવી શકીશ. એટલે દિવસના સો રૂપિયા તો મળશે જ ! હું ધનવાન બની જઈશ ! અઠવાડિયાના અંતે મારી પાસે નવા બૂટ ખરીદવાના પૈસા હશે. મહિનાના અંતે તો હું ગાય ખરીદવા જેટલો સક્ષમ બની જઈશ.

છ મહિના પછી તો નવું ઘર બનાવવા જેટલા પૈસા પણ ભેગા થઈ જશે. આખા ગામની સારામાં સારી નોકરી આપણને મળી છે. શનિ-રવિ રજા પણ મળશે અને દર વર્ષે બે અઠવાડિયાંનું વૅકેશન પણ ચાલુ પગારે મળશે. આપણું જીવન બરોબર ચાલશે. એટલે તારી પાઈપલાઈનનો તો વિચાર પણ મગજમાંથી કાઢી નાખ."

પણ પાબ્લો કંઈ એમ સરળતાથી નિરાશ થાય એવો નહોતો. તેણે ધીરજપૂર્વક પાઈપલાઈનનું આયોજન પોતાના ખાસ મિત્રને સમજાવ્યું. પાબ્લોએ એમ નક્કી કર્યું કે તે અડધો દિવસ પાણીની ડોલ ઊંચકીને લઈ જશે અને અડધો દિવસ તેમજ શનિ-રવિ પાઈપલાઈન નાખવાનું કામ કરશે. ખડકાળ જમીનમાં પાઈપલાઈન માટે ખોદકામ કરવું અઘરું પડશે એમ તે જાણતો હતો. તે એમ પણ જાણતો હતો કે તેમને તો પાણીની ડોલ દીઠ પગાર મળે છે, એટલે શરૂઆતમાં તો તેની આવક પણ ઘટશે. પાઈપલાઈનમાંથી આવક શરૂ થવાને તો વર્ષ કે બે વર્ષ જેટલો સમય લાગશે જ, પરંતુ પાબ્લોને પોતાના સ્વપ્ન પર વિશ્વાસ હતો અને તેણે એ કામ શરૂ કર્યું.

પાઈપલાઈનનું કામ ચાલુ છે.

બ્રુનો અને ગામના લોકો પાબ્લોની મજાક ઉડાવતા. તેઓ "પાઈપલાઈનવાળો પાબ્લો" કહીને ચીડવતા. દરમિયાન બ્રુનોની આવક તો પાબ્લોથી બમણી હતી એટલે તે નવી નવી વસ્તુઓ ખરીદીને પાબ્લો સામે તેનું પ્રદર્શન પણ કરતો. તેણે ચામડાના પલાણવાળો નવો ગધેડો ખરીદ્યો જેને તે પોતાના બે માળના કાચા ઘરની આગળ જ બાંધી રાખતો. નવાં નવાં કપડાં પહેરીને તે ગામની વીશીમાં જતો અને જાતભાતની વાનગીઓ પણ જમતો. ગામના લોકો તેને બ્રુનોભાઈ જેવા માનવાચક સંબોધનથી બોલાવવા લાગ્યા હતા. પીઠામાં તે બધા માટે પીણાં ખરીદતો ત્યારે બધા તેનો જયકારો બોલાવતા અને તેના ટુચકાઓ પર જોર જોરથી હસતા પણ ખરા.

ટીંપે ટીંપે સરોવર ભરાય

જ્યારે બ્રુનો દરરોજ સાંજે અને શનિ-રવિમાં હીંચકા પર આરામ ફરમાવતો, ત્યારે પાબ્લો તો પાઈપલાઈન માટે ખોદકામ જ કરે રાખતો. શરૂઆતના થોડાક મહિના તો પાબ્લો જે કામ કરતો તેનાં ખાસ ફળ પણ દેખાતાં નહોતાં. કામ બહુ જ મહેનત માંગી લે તેવું હતું. તેને બ્રુનોથી પણ વધારે મહેનત કરવી પડતી હતી, કારણ કે તે સાંજે અને શનિ-રવિ પણ કામ કરતો હતો.

પરંતુ પાબ્લો પોતાની જાતને વારંવાર એક વાત યાદ અપાવે રાખતો કે આવતીકાલના સપનાં આજના બલિદાનના જોરે જ પૂરાં થાય છે. દરરોજ તે થોડું થોડું ખોદકામ કરે જ રાખતો.

“ટીંપે ટીંપે સરોવર ભરાય,” ખડકાળ જમીનમાં ખોદકામ કરતી વખતે તે ગણગણતો રહેતો. ધીરે ધીરે ખોદકામ ઈંચમાંથી મીટર જેટલું અને મીટરમાંથી કિલોમીટર જેટલું દેખાવા માંડ્યું.

“ટૂંકા ગાળાની તકલીફો વેઠીને પણ લાંબા ગાળે તો કાયમી લાભ મળવાનો જ છે,” દરરોજ રાત્રે તે થાકીને પોતાની ઝૂંપડીમાં સૂતો ત્યારે પોતાની જાતને યાદ અપાવતો હતો. દરરોજ સવારે તે કેટલું ખોદકામ કરશે તેનો લક્ષ્યાંક નક્કી કરતો અને રાત્રે એ લક્ષ્યાંક પૂરો થયો છે કે નહીં તે મુજબ તે પોતાની સફળતાનું આકલન કરતો. તેને વિશ્વાસ હતો કે તેના આ પ્રયત્નોનું પરિણામ અવશ્ય ભવ્ય હશે.

“લક્ષ્ય પર જ નજર રાખવી,” એ થાકીને ઊંઘવા જતો ત્યારે તે પોતાની જાતને કહેતો. પીઠામાંથી આવતા ખડખડાટ હાસ્યના અવાજો પણ તેને સંભળાતા હતા.

“લક્ષ્ય પર જ નજર રાખવી...”

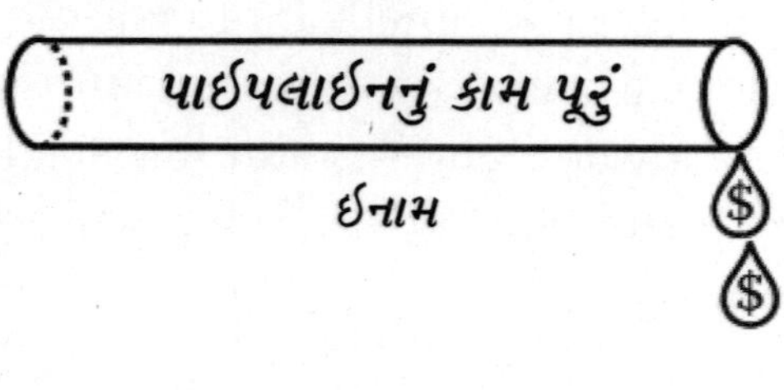

ભાગ્યપલટો

દિવસો વીત્યા. મહિનાઓ વીત્યા. એક દિવસ પાબ્લોને ખ્યાલ આવ્યો કે તેનું પાઈપલાઈનનું કામ અડધા ઉપર થઈ ગયું છે. એટલે તેને ડોલ ભરવા માટે હવે અડધું જ ચાલવું પડે તેમ હતું! એટલે તેને પોતાની પાઈપલાઈન પર કામ કરવા માટે વધારે સમય મળવા માંડ્યો. હવે આખું આયોજન ઝડપથી પૂરું થઈ જશે, એમ તેને સમજાયું.

કામ વચ્ચે તે જ્યારે આરામ કરતો ત્યારે તે પોતાના મિત્ર બ્રુનોને પાણીની બે ડોલ ઊંચકીને જતાં જોતો. બ્રુનોના ખભા પહેલાં કરતાં ઘણા વધારે નમી ગયા હતા. પીડાથી તે વાંકો પણ વળી ગયો હતો અને આ રોજની મજૂરીથી તેનું ચાલવાનું પણ ધીમું પડી ગયું હતું. સરવાળે બ્રુનો મનોમન ગુસ્સે થતો હતો અને ચિડાયેલો રહેતો હતો. તેને હવે એમ લાગવા માંડ્યું હતું કે તેને આમ રોજ આખો દિવસ ડોલ ઊંચકવાનો શાપ મળ્યો છે.

એટલે તે હવે હીંચકા પર ઓછો અને પીઠામાં વધારે સમય વીતાવવા માંડ્યો. પીઠામાં બેસતા લોકો પણ હવે તેને જોઈને કહેતા, “જો ડોલ ઊંચકવાવાળો બ્રુનો આવે છે.” ગામનો કોઈ દારૂડિયો જો નમેલા બ્રુનોની નકલ કરે, તો પણ બધા ખડખડાટ હસવા માંડતા. હવે બ્રુનો બધા માટે પીણાં ખરીદતો નહીં કે ટુચકા પણ કહેતો નહીં. તે પીઠામાં કોઈ અંધારિયા ખૂણામાં એકલો બેઠો બેઠો પીધે રાખતો.

છેવટે, પાબ્લોનું સપનું પૂરું થયું. પાઈપલાઈનનું કામ પૂરું થઈ ગયું હતું. પાઈપલાઈન દ્વારા ગામના કુંડમાં ઠલવાતું પાણી જોવા ગામના લોકો ભેગા થયા. ગામમાં હવે ચોવીસે કલાક તાજું પાણી મળવા માંડ્યું એટલે આસપાસના ગામના લોકો પણ આ ગામમાં રહેવા આવવા લાગ્યા અને ગામ વિકસવા અને સમૃદ્ધ થવા લાગ્યું.

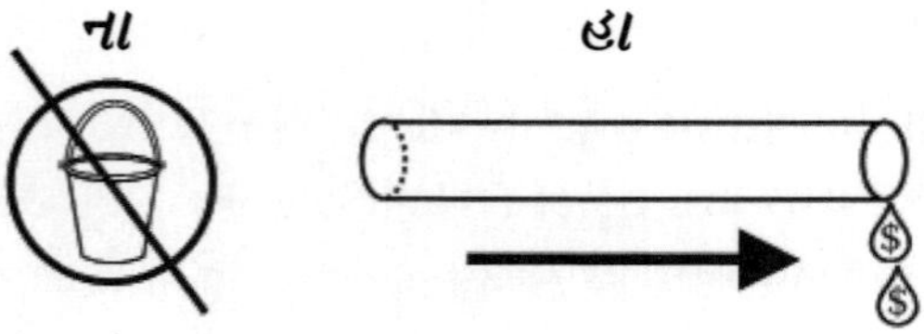

પાઈપલાઈનનું કામ પૂરું થયા પછી પાબ્લોને હવે ડોલ ઊંચકવાની જરૂરત રહી નહીં. એ કામ કરે કે ન કરે, પાઈપલાઈનમાંથી પાણી તો વહેતું જ રહેતું. એ ખાતો હોય, તો પણ કુંડ ભરાયે રાખે. ઊંઘતો હોય કે શનિ-રવિ હોય, તો પણ કુંડ તો ભરાયે જ રાખતો અને પાબ્લોના ખિસ્સામાં સતત રૂપિયા પણ આવતા જ રહેતા.

હવે લોકો તેને 'પાઈપલાઈનવાળો પાબ્લો' નહીં પણ 'ચમત્કારિક પાબ્લો' કહેતા. રાજકારણીઓ પણ તેની દીર્ઘદૃષ્ટિનાં વખાણ કરીને તેને સરપંચની ચૂંટણીમાં ઊભા રહેવાનું આમંત્રણ આપે છે. જોકે પાબ્લો સમજતો હતો કે તેણે જે કર્યું હતું એ કંઈ ચમત્કાર નહોતો. એ તો એના સ્વપ્નનો માત્ર પ્રથમ પડાવ જ હતો. પાબ્લોનાં આયોજનો તો આ ગામની પણ બહાર પ્રસરવાનાં હતાં.

પાબ્લોએ આખી દુનિયામાં પાઈપલાઈન નાખવાનું આયોજન કરી રાખ્યું હતું.

પોતાના મિત્રને નોકરીએ રાખ્યો

પાઇપલાઇનને કારણે બ્રુનોની તો નોકરી જ જતી રહી. એ પીઠામાં પીણા માટે ભીખ માંગતો, એ જોઈને પાબ્લોને સાચે જ દુઃખ થતું હતું. એટલે પાબ્લોએ બ્રુનો સાથે મુલાકાત ગોઠવી.

"બ્રુનો, હું આજે તારી મદદ માંગવા આવ્યો છું."

બ્રુનોની નમી ગયેલી પીઠ ટટ્ટાર થઈ અને તેની કાળી આંખો સહેજ ત્રાંસી કરીને તે બોલ્યો, "હવે તું પણ મારી મજાક ઉડાવે છે?"

"ના ભાઈ, હું કંઈ તારી મજાક ઉડાવવા નથી આવ્યો," પાબ્લોએ કહ્યું, "હું તો અહીંયાં તને ધંધાની ઉત્તમ તક આપવા આવ્યો છું. મારી પહેલી પાઇપલાઇન પૂરી કરવામાં મને બે વર્ષથી વધારે સમય લાગ્યો. પરંતુ આ બે વર્ષોમાં મને ઘણું શીખવા મળ્યું છે! હવે મને ખબર છે કે ક્યાં ખોદવું, ક્યાં સાધનો વાપરવાં, પાઇપો કેવી રીતે ગોઠવવી. હું આ બધાની નોંધ પણ રાખતો હતો અને તેના આધારે મેં એક પદ્ધતિ વિકસાવી છે. એ પદ્ધતિથી હું નવી નવી જગ્યાઓએ પાઇપલાઇન નાખતો જ રહીશ."

"હવે હું એક વર્ષમાં એક પાઇપલાઇન તૈયાર કરી શકું એમ છું. પરંતુ એ મારા સમયનો શ્રેષ્ઠ ઉપયોગ નહીં ગણાય. હું તને અને બીજા ઘણાબધા લોકોને પાઇપલાઇન કેવી રીતે નંખાય, એ શીખવવા ઇચ્છું છું. પછી તું અને એ બીજા લોકો બીજા ઘણા બધા લોકોને પાઇપલાઇન નાખવાનું શીખવજો. છેવટે દરેક ગામમાં, આખા દેશમાં અને આખી દુનિયામાં પાઇપલાઇન નંખાશે!"

"વિચાર," પાબ્લોએ કહ્યું, "એ પાઇપલાઇનમાંથી વહેતા દરેક ગેલન પાણી ઉપર આપણને અમુક પૈસા મળશે. એટલે એ પાઇપલાઇનમાંથી જેટલું વધારે પાણી વહેશે, એટલી વધારે આવક થશે. *મેં જે પાઇપલાઇન બનાવી છે, એ કંઈ સ્વપ્નનો અંત નથી, એ તો માત્ર આરંભ જ છે!*"

છેવટે બ્રુનોને આખી વાત સમજાઈ. તેણે સ્મિત કરીને પોતાનો મજૂરી કરીને થાકી ગયેલો હાથ પોતાના મિત્ર સામે લંબાવ્યો. તેમણે હાથ મિલાવ્યા અને ભરતમિલાપની જેમ ભેટી પડ્યા.

ડોલ ઊંચકતા જગતમાં પાઇપલાઇનનું સ્વપ્ન

વર્ષો વીત્યાં. પાબ્લો અને બ્રુનો તો હવે નિવૃત્ત થઈ ગયા છે. તેમ છતાં તેમના પાઈપલાઈનનો ધંધો દર વર્ષે લાખો રૂપિયા તેમના ખાતામાં ઠાલવતો જ રહે છે. હજી પણ ક્યારેક તેઓ આસપાસના ગામમાં ફરવા નીકળે છે, ત્યારે તેમને પાણી ભરેલી ડોલ ઊંચકીને મજૂરી કરતા યુવાનો દેખાય છે.

આ બાળપણના મિત્રો તરત જ તે યુવાનોને પોતાની જીવનકથની કહીને તેમની પોતાની પાઈપલાઈન બનાવવામાં મદદ કરવાનું પણ કહે છે. અમુક લોકો આ તકને ઝડપી લઈને પોતાની પાઈપલાઈન બનાવવાનું શરૂ કરી દે છે. જોકે ડોલ ઊંચકનારા મોટાભાગના લોકો તરત જ પાઈપલાઈન બનાવવાનો પ્રસ્તાવ ઠુકરાવી દે છે. પાબ્લો અને બ્રુનોને એકના એક કારણો જ વારંવાર સાંભળવા મળે છે.

"મારી પાસે સમય નથી."

"મારા એક મિત્રએ મને કહ્યું કે તેના એક મિત્રનો મિત્ર આમ જ પાઈપલાઈન નાખવા નીકળી પડ્યો અને ઊંધા માથે પટકાયો હતો."

"એ તો જેણે શરૂઆતમાં જ પાઈપલાઈનો નાખી દીધી, એ જ કમાય છે. બાકી હવે તો બજાર સાવ ચવાઈ ગયું છે."

"મેં તો આખું જીવન ડોલ જ ઊંચકી છે. મને જે આવડે છે, એ જ હું કરતો રહીશ."

"આ પાઈપલાઈનના નામે છેતરાતા લોકોને મેં જોયા છે. હું નહીં છેતરાઉં."

લોકો કેટલા દૃષ્ટિહીન હોય છે, એ જોઈને પાબ્લો અને બ્રુનોને સાચે જ દુઃખ થતું.

જોકે એક વાત હવે એ બંનેએ સ્વીકારી લીધી છે કે તેઓ ડોલ ઊંચકનારાના જગતમાં જીવે છે અને બહુ ઓછા લોકોમાં પાઈપલાઈનનાં સપનાં જોવાની હિંમત હોય છે.

ભાગ 1

ડોલ ઊંચકનારાઓની દુનિયા

પ્રકરણ 1

તમે કોણ છો - ડોલ ઊંચકનારા કે પાઇપલાઇન નાખનારા ?

"બ્રુનો, મેં એક યોજના વિચારી છે," બીજા દિવસે સવારે ડોલ લઈને નદીકિનારે જવા નીકળેલા પાબ્લોએ બ્રુનોને કહ્યું. "આખો દિવસ એક રૂપિયો ડોલના હિસાબે પાણીની ડોલો ઊંચકવા કરતાં આપણે નદીથી ગામના કુંડ સુધી એક પાઈપલાઈન જ નાખીએ તો કેવું ?"

બ્રુનો ચાલતાં ચાલતાં અચાનક અટકી ગયો.

"પાઈપલાઈન ! એવું તો કોઈએ સાંભળ્યું પણ ક્યાં છે ?" બ્રુનોએ કહ્યું.

- 'સફળતાની પાઈપલાઈન, જીવનની લાઈફલાઈન'માંથી.

તમે કોણ છો?... ડોલ ઊંચકનારા? કે પછી પાઈપલાઈન નાખનારા?

ડોલ ઊંચકનારા બ્રુનોની જેમ, તમને પણ માત્ર કામ પર આવો અને કામ કરો તો જ રૂપિયા મળે છે? કે પછી તમે એક જ વાર કામ કરો છો અને તમને સતત તેનું મળતર મળતું રહે છે, પાઈપલાઈન નાખનારા પાબ્લોની જેમ?

જો તમે મોટા ભાગના લોકોની જેમ જ વિચારતા હોવ, તો તમે ડોલ ઊંચકવાનું કામ જ કરી રહ્યા છો. હું તેને "સમયના બદલામાં રૂપિયા"વાળું છટકું કહું છું. એ શું છે, તે તમે સારી રીતે જાણો છો.

એક કલાકનું કામ એટલે એક કલાકનું વળતર.

એક મહિનાનું કામ એટલે એક મહિનાનો પગાર.

એક વર્ષનું કામ એટલે એક વર્ષનો પગાર.

સાંભળ્યું હોય, એમ લાગે છે?

"સમયના બદલામાં રૂપિયા"વાળું છટકું

ડોલ ઊંચકવામાં સમસ્યા એ છે કે જેવી તમે મજૂરી બંધ કરો કે તરત જ તમારી આવક પણ બંધ થઈ જાય છે. અર્થાત્ "જોબ સિક્યુરિટી" કે "ડ્રીમ જોબ" એક ભ્રમ છે. ડોલ ઊંચકવાના કામની આવક સતત નહીં પરંતુ ગમે ત્યારે બંધ થઈ શકે એવી જ હોય છે.

જો કોઈ સવારે બ્રુનોની કમર બહુ જ દુઃખતી હોય અને તે પથારીમાંથી ઊભો જ થઈ શકે તેમ ન હોય, તો એ દિવસે તેની આવક કેટલી હશે? શૂન્ય!

કામ નહીં, તો આવક નહીં!

કોઈ પણ પ્રકારના ડોલ ઊંચકવાનાં કામ, એટલે કે નોકરીમાં, આમ જ હોય છે. ડોલ ઊંચકનારાને અમુક દિવસની રજાઓ અને તમુક દિવસ માંદા પડવાની છૂટ હોય છે, પરંતુ એ પછી પણ જો તેઓ ડોલ ઊંચકવાનું શરૂ નહીં કરે, તો તેમની આવક પણ બંધ જ થઈ જશે.

કામ નહીં, તો આવક નહીં!

ડેન્ટિસ્ટ હવે ડોલ ઊંચકી શકતા નથી

આ રહ્યું વાસ્તવિક જીવનનું એક ઉદાહરણ. આ પહેલાંના મારા જે ડેન્ટિસ્ટ હતા, તે મને મળેલા શ્રેષ્ઠ ડેન્ટિસ્ટ હતા. તે સન્નારીને સારો અનુભવ હતો, દર્દીઓ સાથે સારી રીતે વાતો કરતાં, તેમનું વ્યક્તિત્વ પણ આકર્ષક હતું અને કામ તો તે સારું જ કરતાં હતાં. એટલે તેમની દરેક મુલાકાત પીડામુક્ત જ રહેતી હતી. ઉપરાંત, તેમને પોતાના કામ પ્રત્યે અનહદ લગાવ હતો અને તે પોતાને અનુકૂળ સમયે જ કામ કરતાં હતાં. (તેમનું દવાખાનું અઠવાડિયામાં માત્ર ત્રણ જ દિવસ ખૂલતું કે જેથી બાકીના ચાર દિવસ તે પોતાના પરિવાર સાથે વિતાવી શકે.)

અઠવાડિયાના ત્રણ દિવસ પોતાને ગમતું કામ કરીને તે દર વર્ષે સરેરાશ સિત્તેર લાખ રૂપિયા જેટલી કમાણી કરી લેતાં હતાં. જો ડોલ ઊંચકનારાઓ માટેની કોઈ "ડ્રીમ જોબ" હોય, તો તે આ હતી.

પરંતુ 40 વર્ષની ઉંમર થાય એ પહેલાં જ તેમના હાથમાં સંધિવા લાગુ પડ્યો અને તે કામ કરવા માટે અસક્ષમ બન્યાં. આજે તેઓ એક યુનિવર્સિટીમાં પ્રાધ્યાપિકા છે અને પોતાની ડેન્ટિસ્ટ તરીકેની આવકના ત્રીજા ભાગની આવક ધરાવે છે. એમણે કોઈ જ ભૂલ નહોતી કરી, તેમ છતાં તેમની "ડ્રીમ જોબ" પૂરી થઈ ગઈ.

હવે તમને સમજાય છે કે હું કેમ કહું છું કે ડોલ ઊંચકવામાં સલામતી જેવું કશું જ હોતું નથી? ડોલ ઊંચકનારાનું ભવિષ્ય કેટલું અસલામત હોય છે, તેનો તમને ખ્યાલ આવ્યો?

"સમયના બદલામાં રૂપિયા"વાળું છટકાની મૂળ સમસ્યા જ એ છે કે જો તમે સમય ન આપી શકો, તો કંઈ રળી પણ ન શકો!

પાઇપલાઇન નાખનાર પાબ્લો ડોલ ઊંચકવાની નોકરીની આ મર્યાદા બરાબર પારખી શક્યો હતો. એટલે જ તેણે એક એવી સિસ્ટમ વિકસાવી કે જેમાં તે પોતાનો સમય આપે કે ન આપે, તેમ છતાં આવક તો ચાલુ જ રહે.

પાબ્લોને બરોબર સમજાયું હતું કે ડોલ ઊંચકવામાં કોઈ જ સલામતી નથી. એને ખ્યાલ આવી ગયો હતો કે સફળતાની પાઇપલાઇન જ જીવનની લાઇફલાઇન છે.

જો તમે સમય ન આપી શકો તો શું થશે?

હવે તમારી વાત કરો. જો આવતી કાલે જ તમારી આવક અટકી જાય, તો તમે શું કરશો?

જો તમને નોકરીમાંથી કાઢી મૂકવામાં આવ્યા તો?

જો તમે માંદા પડ્યા કે વિકલાંગ બની ગયા અને હવે ડોલ ઊંચકી શકો એમ નથી, તો?

કોઈ માંદગીમાં તમારી બધી જ બચત તણાઈ ગઈ તો?

જેમાં તમે પૈસા ભેગા કર્યા છે, એ ખાતું જ ખાલી થઈ જાય તો?

જો આવતીકાલે જ તમારી આવક અટકી જાય, તો તમે કઈ રીતે તમારા ઘરની લોન કે કાર લોનના હપતા ભરશો અને કઈ રીતે બાળકોની શાળાની ફીની વ્યવસ્થા કરશો?

તમારી બચત કેટલો સમય ચાલશે - છ મહિના, ત્રણ મહિના, ત્રણ અઠવાડિયાં?

તમારું બચત ખાતુ

6 મહિના ? ***3 મહિના ?*** ***3 અઠવાડિયાં ?***

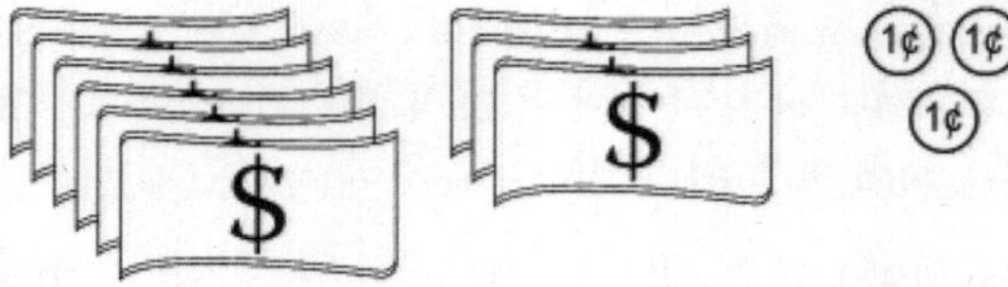

જો કોઈ આફત આવી પડે, તો એવી કોઈ જીવાદોરી ખરી કે જે તમને અને તમારા કુંટુબને બચાવી લે ? કે પછી તમને જરૂરત હશે ત્યાં સુધી તમારી ડોલ ઊંચકવાની આવક ચાલુ જ રહેશે, એવી ધારણા કરવાનો જુગાર તમે રમ્યા છો ?

તમે મજૂરી કરતા હોવ, ઑફિસમાં બેસીને કામ કરતા હોવ કે તમારે આગવો વ્યવસાય હોય, રૂપિયા કમાવા માટે તમારો સમય તો અવશ્ય ખર્ચો જ છો.

એમાં સલામતી ક્યાં આવી ?

પાઇપલાઇનની આવક સતત ચાલુ જ રહે છે

પાબ્લોએ વિચાર્યું હતું એમ *"વધારે સારો માર્ગ"* શોધવો જ રહ્યો.

સદ્નસીબે વધારે સારો માર્ગ છે પણ ખરો.

તે માર્ગ એટલે પાઈપલાઈનવાળો માર્ગ, સતત થતી રહેતી આવકનો માર્ગ, આવકનો એવો સ્રોત કે જેમાં તમે સમય આપો કે ન આપો, તે ચાલુ જ રહે છે. આવકનો એકમાત્ર સલામત ઉપાય હોય, તો એ ઉપાય છે પાબ્લોવાળો ઉપાય - તમે ડોલો ઊંચકવાનું કામ કરતા હોવ, એ દરમિયાન જ પાઈપલાઈન પણ નાખવા માંડો !

આ પાઈપલાઈન જ જીવનની લાઈફલાઈન છે કારણ કે માત્ર તેના થકી જ કોઈ પણ માણસ "રૂપિયા માટે સમય" ખર્ચવાના છટકામાંથી બહાર નીકળી શકે છે. તમે જ્યારે કોઈ પણ પ્રકારની પાઈપલાઈનનું નિર્માણ કરો છો, ત્યારે તમે માત્ર એક જ વાર કામ કરો છો અને તેની

આવક સતત ચાલુ જ રહે છે.

આ પાઈપલાઈન 24 કલાક અને 365 દિવસ ચાલુ જ રહે છે. એનો અર્થ એ થયો કે તમે સૂતા હોય ત્યારે અને મજા કરતા હોવ ત્યારે અને નિવૃત્ત થઈ જાવ એ પછી અને માંદા પડો કે વિકલાંગ થઈ જાવ ત્યારે કે કોઈ આફત આવી પડે ત્યારે પણ તમારી આવક તો ચાલુ જ રહે છે.

આ જ ફાયદો છે આવી કોઈ પાઈપલાઈન ઊભી કરવાનો.

એટલે જ હું કહું છું કે સફળતાની પાઈપલાઈન જ જીવનની લાઈફલાઈન છે.

પાઈપલાઈન = લાઈફલાઈન

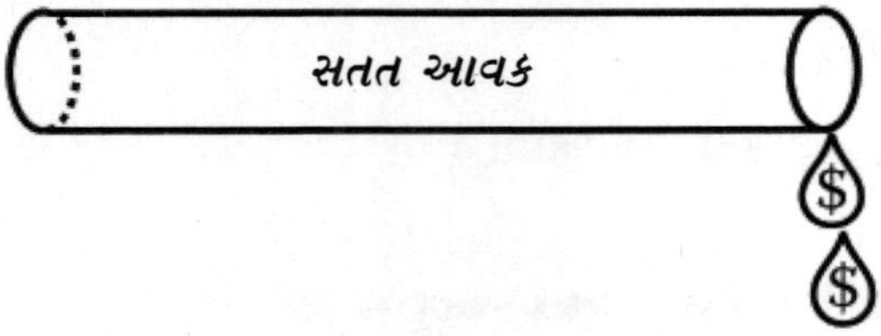

પ્રકરણ 2

આપણું જગત એટલે ડોલ ઊંચકનારાઓનું જગત

"આપણને ખરેખર સારી નોકરી મળી છે, પાબ્લો. હું દરરોજની 100 ડોલ લાવી શકીશ. એટલે દિવસના સો રૂપિયા તો મળશે જ ! હું ધનવાન બની જઈશ ! અઠવાડિયાના અંતે મારી પાસે નવા બૂટ ખરીદવાના પૈસા હશે. મહિનાના અંતે તો હું ગાય ખરીદવા જેટલો સક્ષમ બની જઈશ. છ મહિના પછી તો નવું ઘર બનાવવા જેટલા પૈસા પણ ભેગા થઈ જશે. આખા ગામની સારામાં સારી નોકરી આપણને મળી છે. શનિ-રવિ રજા પણ મળશે અને દર વર્ષે બે અઠવાડિયાંનું વૅકેશન પણ ચાલુ પગારે મળશે. આપણું જીવન બરોબર ચાલશે. એટલે તારી પાઈપલાઈનનો તો વિચાર પણ મગજમાંથી કાઢી નાખ."

- *'સફળતાની પાઈપલાઈન, જીવનની લાઈફલાઈન'માંથી.*

એક ડૉક્ટર પોતાની દીકરીને ડે કેર સેન્ટરમાં મૂકવા જતા હતા એ દરમિયાન તેમણે પોતાનું સ્ટેથોસ્કોપ પોતાની કારની સીટ ઉપર મૂક્યું. પાછળ બેઠેલી તેમની દીકરીએ હાથ લંબાવીને સ્ટેથોસ્કોપ પોતાના હાથમાં લીધું અને રમવા માંડી.

"મારી દીકરી મારા પગલે જ ચાલવા માંગે છે," ડૉક્ટરે મનોમન વિચાર્યું. "આ મારા જીવનની સૌથી વધુ ગર્વસભર ક્ષણ છે."

જોકે છોકરીએ સ્ટેથોસ્કોપ ગળા ફરતે વીંટાળીને તેનું સેન્સર પોતાના મોઢાની આગળ માઈક્રોફોનની જેમ રાખ્યું અને બોલી,

"મેકડોનાલ્ડમાં તમારું સ્વાગત છે. તમે શું ઑર્ડર કરવા માંગો છો?"

આપણને ડોલ ઊંચકવાનું કામ શા માટે ગમે છે, તેનું આ નાનકડી વાર્તા ઉત્તમ ઉદાહરણ છે. એને કહેવાય છે "અક્કલ વિનાની નકલ". એ નાનકડી છોકરી ઘણી બધી વાર મેકડોનાલ્ડ ગઈ હશે એટલે તેણે સ્ટેથોસ્કોપને માઈક્રોફોન માની લીધું અને ત્યાં કામ કરતા લોકોની તેણે નકલ કરવા માંડી.

આ નાનકડી છોકરીની જેમ, મોટાભાગના લોકો ડોલ ઊંચકવાના કામને પાઈપલાઈન નાખવાનું કામ જ સમજી લે છે. આપણે જોઈએ જ છીએ કે 99% લોકો ડોલ ઊંચકવાનું કામ જ કરતા રહે છે. એટલે આપણે પણ એમ જ ધારી લઈએ છીએ કે જીવનમાં કંઈક પામવા માટે ડોલ ઊંચકતા રહેવું જ એકમાત્ર ઉપાય છે.

ડોલ ઊંચકનારા Vs પાઈપલાઈન નાખનારા

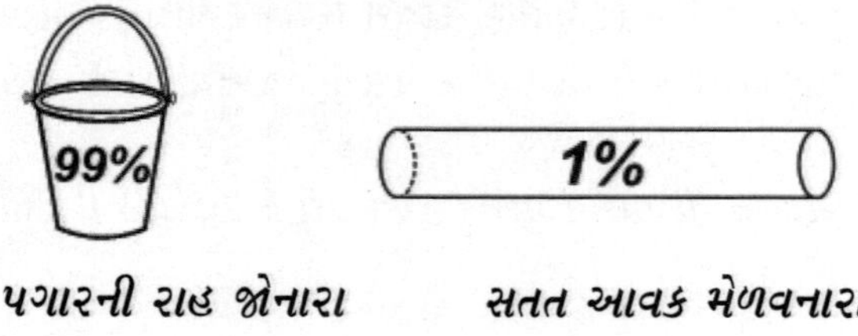

પગારની રાહ જોનારા ***સતત આવક મેળવનારા***

આ જ કારણે બ્રુનોને પાઈપલાઈનની વાત સમજતાં આટલી મુશ્કેલી પડી, કારણ કે પાઈપલાઈન નાખનારો પ્રથમ માણસ જ તેણે પાબ્લોના

સ્વરૂપે જોયો હતો ! બ્રુનોને પાઇપલાઇનવાળો વિચાર જ ન ગમ્યો, કારણ કે તે વિચાર અલગ હતો. બ્રુનોએ કદી પણ પાઇપલાઇન કે તેની સફળતા જોઈ નહોતી. તેના માટે આ તદ્દન નવો અને જોખમી વિચાર હતો.

મોટાભાગના લોકો બ્રુનોની જેમ જ વિચારે છે. આપણે ડોલ ઊંચકવામાં જ જીવન ઘસી નાખનારા લોકો જોઈને જ ઊછરતા હોઈએ છીએ એટલે આપણે પણ એમ જ માનવા માંડીએ છીએ કે ડોલ ઊંચકવી એ જ એક માત્ર માર્ગ છે. એનાથી મેં હમણાં જ ક્યાંક વાંચેલું વાક્ય યાદ આવ્યું:

એક લાખ ઉંદરો ખોટા હોઈ શકે નહીં !

લોકો ડોલ ઊંચકવાના કામ માટે આવું જ કંઈ વિચારતા હોય છે – *દસ કરોડ ડોલ ઊંચકનારા ખોટા હોઈ શકે નહીં !*

ગાડરિયા માનસિકતા

ડોલ ઊંચકવાના કામમાં જોડાવું

ચાલો, એક વાત તો સ્વીકારી જ લઈએ કે પાઇપલાઇન નાંખનારા લોકોની સાપેક્ષે ડોલ ઊંચકનારા લોકોની સંખ્યા અનેકગણી વધારે છે.

કેમ ?

કારણ આપણાં માતા-પિતા ડોલ ઊંચકવાનું જ કામ કરતા હતા અને આપણને પણ તેમણે એમ જ શીખવાડ્યું છે. આ ડોલ ઊંચકવાવાળો વિચાર આપણને ડોલ ઊંચકનારા લોકોના જગતમાં એક જ વસ્તુ શીખવે છે :

શાળાએ જઈને કઈ રીતે ડોલ ઊંચકવી તે શીખો. સખત મહેનત કરો. મોટી ડોલ ઊંચકવાનો અધિકાર પ્રાપ્ત કરો. 'અ' કંપનીમાંથી

રાજીનામું આપીને 'બ' કંપનીમાં જોડાવ, કારણ કે ત્યાં વધારે મોટી ડોલ ઊંચકવા મળશે. વધારે કલાકો કામ કરો કે જેથી વધારે ડોલ ઊંચકવાની તક મળે. ડોલ ઊંચકવાનું શીખવતી કૉલેજમાં જ બાળકોને મૂકો. ધાતુની ડોલ, પછી પ્લાસ્ટિકની ડોલ, પછી ડિજિટલ ડોલ જેવાં પરિવર્તન અનુસાર કારકિર્દીની દિશા બદલતા રહો. ડોલ ઊંચકવાના કામમાંથી નિવૃત્ત થવાના દિવસનાં સપનાં જોતા રહો. અને એ દિવસ ન આવે ત્યાં સુધી ડોલ ઊંચકતા જ રહો, ડોલ ઊંચકતા જ રહો.

બધા ડોલ ઊંચકનારા લોકો તેમના પ્રયત્નોના બદલામાં શું મેળવે છે?

બહુ જ ઓછું.

'પરેડ' નામના એક સામયિકના "લોકો શું કમાય છે?" નામના વાર્ષિક સર્વેક્ષણ અનુસાર અમેરિકાનો સરેરાશ કામદાર 28,500 ડૉલર કમાય છે. તેમાંથી 20% જેટલો ટેક્ષ બાદ કરી નાખો એટલે 22,500 ડૉલર પર જીવન ગુજારવાનું હોય છે.

હવે એ તો આપણે બધા જાણીએ જ છીએ કે ચાર સભ્યોવાળા કુટુંબની પ્રાથમિક જરૂરિયાતો પૂરી કરવા માટે આટલી આવક પૂરતી નથી. એનો અર્થ એ થયો કે મોટાભાગના લોકો વધારે આવક માટે તરસતા જ હોય છે!

ડોલ ઊંચકનારની સરેરાશ આવક

= 28,500 ડૉલર / વર્ષ

ડોલ ઊંચકનારાના ઉપાયો

વધારે આવક માટે ડોલ ઊંચકનારા શું કરે છે? તેમની માનસિકતા ડોલ ઊંચકવાની જ છે, એટલે તેમના ઉપાયો પણ ડોલ ઊંચકવાના જ હોય છે : વધારે આવક માટે વધારે ડોલ ઊંચકવા માંડો!

"હું સાંજે-સાંજે અને શનિ-રવિમાં ડોલ ઊંચકવાની બીજી નોકરી શોધી કાઢીશ," ડોલ ઊંચકનારો બાપ કહેશે.

"આ છોકરાઓના જન્મ પહેલાં હું જે ડોલ ઊંચકવાનું કામ કરતી હતી, તે હવે ફરીથી કરવા માંડીશ," ડોલ ઊંચકતી મા કહેશે.

"છોકરાઓ સ્કૂલેથી છૂટ્યા પછી અને વૅકેશનમાં ડોલ ઊંચકવાનું કામ શોધી નાખશે," મા-બાપ નક્કી કરી નાખે છે.

અને એ મુજબ જ તેઓ કામ કરે પણ છે. પરિણામ?

આજે, ઉત્તર અમેરિકાના લોકો દુનિયામાં સૌથી વધારે કલાક કામ કરનારા લોકો છે, કામગરા જાપાનીઓથી વધારે. તો આ વધારે ડોલ ઊંચકીને વધારે કમાણી કરોવાળું આયોજન સફળ થાય છે?"

એક જ શબ્દનો ઉત્તર છે, "ના!"

આ રહ્યાં તથ્યો :

- ઉપભોક્તાઓનું દેવું અત્યારે વિક્રમી ઊંચાઈને સ્પર્શી ગયું છે. પાછલાં 17 વર્ષમાં ઘર દીઠ દેવું ચારગણું વધી ગયું છે. અત્યારે સરેરાશ અમેરિકાના ઘરમાં પ્રત્યેક ડૉલરની આવક સામે 95 સેન્ટનું દેવું ચૂકવવાનું હોય છે.
- 1980માં પોતાના કુટુંબને સહાયરૂપ થવા માટે કામ કરતી મહિલાઓની સંખ્યા 19% હતી, જે વીસ વર્ષમાં બમણાથી પણ વધારે થઈને અત્યારે 46% થઈ ગઈ છે.
- વધુ ને વધુ લોકો પોતાનાં જાત-ભાતનાં બિલ ભરવા માટે પોતાની સૌથી મોટી મિલકત, એટલે કે પોતાના ઘરને, 2 થી 3 વાર ગિરવે મૂકીને લોન મેળવે છે.
- લોકોની નાદારી નોંધાવવાની સંખ્યા દર વર્ષે વધતી ગઈ છે અને 2000ની સાલમાં તો આ સંખ્યા 14 લાખ હતી. અને એ સમયગાળામાં અર્થતંત્રમાં તો તેજી જ હતી.

આવું શા માટે થઈ રહ્યું છે?

ડોલ ઊંચકવાની પદ્ધતિની ખામી

ડોલ ઊંચકનારા એમ માનતા હોય છે કે જેટલી મોટી ડોલ, એટલી વધારે આવક. એટલે એ લોકો એમ જ માનતા રહે છે કે મોટી ડોલ ઊંચકવાની નોકરી શોધી લઈશું એટલે બધું બરોબર થઈ જશે.

ડોલ ઊંચકનારા હંમેશાં એમ પણ વિચારતા રહે છે કે બીજા ડોલ ઊંચકનારા કેટલું કમાતા હશે. અલગ અલગ પ્રકારના કામ માટે 'ધ યુ. એસ. બ્યુરો ઓફ લેબર સ્ટેટિસ્ટિક્સ' પ્રતિ કલાક સરેરાશ કેટલો પગાર ચૂકવાય છે, તેની નોંધ રાખે છે. બીજા કામની સરખામણીએ તમારા કામનું વળતર કેટલું છે ?

પ્રતિ કલાક વળતર

(ધ યુ.એસ. બ્યુરો ઓફ લેબર સ્ટેટિસ્ટિક્સ અનુસાર)

વ્યવસાય	પ્રતિ કલાક વળતર
ફાસ્ટ-ફૂડ બનાવનારા	$ 6.29
પેટ્રોલ સ્ટેશનના કર્મચારી	$ 7.34
સફાઈ કામદાર	$ 8.44
છૂટક વેપારની દુકાનના કર્મચારી	$ 9.12
સેક્રેટરી	$ 11.86
છત બનાવનારા	$ 13.63
કાર મિકેનિક	$ 13.97
ટ્રક ડ્રાઈવર	$ 14.08
ફાયર ફાઈટર	$ 15.63
ડિલિવરી કરનારા	$ 16.39
લોન આપનારા	$ 20.05

કોમ્પ્યૂટર પ્રોગ્રામર	$ 25.67
કેમિકલ એન્જિનિયર	$ 29.44
ભૌતિકશાસ્ત્રી	$ 33.23
વકીલ	$ 36.49
ડેન્ટિસ્ટ	$ 44.40
ડૉક્ટર	$ 49.05

આમ તો લોકો અઠવાડિયાના 50 કલાક કે તેથી વધુ કામ કરતા હોય છે, પરંતુ માની લઈએ કે બધા અઠવાડિયાના 40 કલાક કામ કરે છે અને દર વર્ષે ચાલુ પગારે બે અઠવાડિયાંની રજા મળે છે. તો આ લોકોની વાર્ષિક આવક આટલી થઈ ગણાય :

વાર્ષિક આવક

ફાસ્ટ-ફૂડ બનાવનારા	$ 13,083
છૂટક વેપારની દુકાનના કર્મચારી	$ 18,970
ડિલિવરી કરનારા	$ 34,091
વકીલ	$ 75,899
ડૉક્ટર	$ 1,02,024

જો તમે ફાસ્ટ-ફૂડ બનાવનારા, છૂટક વેપારની દુકાનના કર્મચારી કે ડિલિવરી કરનારા હોવ, તો તમે વકીલ કે ડૉક્ટરની આવક જોઈને આમ વિચારશો, "વાહ ! જો દર વર્ષે હું આમના જેટલું કમાતો હોત, તો હું આર્થિક ચિંતાઓથી મુક્ત હોત ! બિલ ભરવાની ચિંતામાં રાતના ઉજાગરા કરવા પડત નહીં."

ડોલ ઊંચકનારાની આવક

28 હજાર	76 હજાર	1 લાખ 2 હજાર
સરેરાશ માણસ	વકીલ	ડૉક્ટર

ફાસ્ટ-ફૂડ બનાવનારાની સરખામણીએ ડૉક્ટરની ડોલ ઘણી મોટી છે, લગભગ 10 ગણી મોટી, એ વાત સાચી ! પરંતુ એનો અર્થ એવો નથી કે ડૉક્ટર આર્થિક રીતે સ્વતંત્ર છે. એનું આર્થિક સ્વાતંત્ર્ય પણ ડોલ ઊંચકવાનું કામ કરતાં ફાસ્ટ-ફૂડ બનાવનાર કે ડિલિવરી કરનારા જેટલું જ છે.

કેમ ? એકદમ સરળ વાત છે – વ્યવસાયીઓ સામાન્ય કામદારો કરતાં વધારે કમાય છે, *તો તે લોકોના ખર્ચા પણ વધારે જ હોય છે !* ભલે વકીલ કે ડૉક્ટરની કમાણી છ આંકડામાં હોય, પરંતુ તેમાંથી મોટાભાગની આવક તો તેમની વૈભવી જીવનશૈલી પાછળ જ ખરચાઈ જાય છે.

એક સામાન્ય કામદારના ખર્ચા અને આવા વ્યવસાયીઓના ખર્ચની સરખામણી કરી જુઓ :

સામાન્ય કામદાર $5,000ની જૂની કાર ફેરવતા હોય છે. તો ડૉક્ટર કે વકીલ $45,000 ડૉલરની લેક્ષસ કાર ફેરવતા હોય છે.

સામાન્ય કામદાર તેમના સંતાનોને જાહેર શાળાઓમાં મફત ભણાવે છે. ડૉક્ટર અને વકીલ તેમના સંતાનોને ખાનગી શાળામાં ઊંચી ફી ભરીને ભણાવતા હોય છે.

સામાન્ય કામદારના ઘરની સરેરાશ કિંમત $75,000 હોય છે. એની સરખામણીએ ડૉક્ટર અને વકીલના ઘરની સરેરાશ કિંમત $3,50,000 હોય છે.

સામાન્ય કામદાર અઠવાડિયે એકવાર પીઝા હટમાં ખાય છે. ડૉક્ટર કે વકીલ અઠવાડિયામાં બે વાર ફાઈવ-સ્ટાર રેસ્ટોરન્ટમાં જમે છે.

સામાન્ય કામદારને સપરિવાર વૅકેશન કરવા જવાનું પોષાતું જ નથી. ડૉક્ટર કે વકીલ દર વર્ષે સપરિવાર દુનિયાભરમાં ફરતા રહે છે.

સામાન્ય કામદારે ગોલ્ફ રમવું હોય, તો તે જાહેર ગોલ્ફ ક્લબનો સભ્ય બને છે. જ્યારે ડૉક્ટર અને વકીલ મોંઘાદાટ ક્લબના સભ્ય બને છે.

તમે સમજી શકો છો કે હું શું કહેવા ઈચ્છું છું.

લોકોને ડૉક્ટર, વકીલ અને અકાઉન્ટન્ટની ઈર્ષા આવતી હોય છે કારણ કે એ લોકોને મોટી ડોલ ઊંચકવા મળે છે. સામાન્ય કામદાર કરતાં ડૉક્ટરની ડોલ 10 ગણી મોટી હશે, એ વાત પણ સાચી. સામે પક્ષે, ડૉક્ટરના ખર્ચા પણ 10 ગણા હોય છે. એટલે છેવટે તો બંનેની હાલત એક સમાન જ થાય છે - એક પગાર પછી તેઓ બીજા પગારની રાહ જોતા જ રહે છે.

ડૉક્ટરની આવક ડૉક્ટરના ખર્ચા

ડોલ છેવટે ખાલી થાય જ છે

'ધ મિલિયોનેર નેક્સ્ટ ડોર'ના લેખક ટોમસ જે. સ્ટેન્લી અને વિલિયમ ડી. ડેન્કો નોંધે છે કે ડોલ ઊંચકવી અને સંપત્તિનું સર્જન કરવું, એ બે અલગ વસ્તુઓ છે. તેમણે એવી ધારણા બાંધી કે મોંઘા ઘરમાં રહેતા અને મોંઘી કાર ફેરવતા લોકો ધનવાન હશે એટલે તેમણે વૈભવી વિસ્તારોનું નિરીક્ષણ કરવા માંડ્યું.

અને તેમની ધારણા સાવ ખોટી પડી ! સંપત્તિ સર્જન વિષે સ્ટેન્લી અને ડેન્કોએ આ મુજબ તારણ કાઢ્યું :

> *અમેરિકામાં મોટાભાગના લોકોની સંપત્તિની સમજણ જ ખોટી છે. સંપત્તિ એટલે આવક નહીં. જો દર વર્ષે તમે ઘણું કમાતા હોવ અને એ બધું જ ખર્ચી નાખતા હોવ, તો તમારી સંપત્તિ વધવાની નથી. માત્ર તમારી જીવનશૈલી જ વૈભવી રહે છે. સંપત્તિ એટલે તમે જે ભેગું કરો તે, વાપરો તે નહીં.*
>
> *તો તમે સંપત્તિવાન કઈ રીતે બની શકો ? આ વાતમાં પણ મોટાભાગના લોકોની સમજણ યોગ્ય હોતી નથી. સંપત્તિ ભેગી કરવા માટે નસીબ, મોટો વારસો, ઊંચી ડિગ્રી કે તીક્ષ્ણ બુદ્ધિમત્તાની ભાગ્યે જ જરૂર પડે છે. સંપત્તિ ભેગી કરવા માટે મહેનત, ખંત, આયોજન અને સૌથી મહત્ત્વની, સ્વયં શિસ્તની આવશ્યકતા રહે છે.*

બીજા શબ્દોમાં કહીએ, તો ડોલ ગમે તેટલી મોટી હશે, પણ છેવટે તો એ ખાલી થઈ જ જશે. જ્યારે પાઈપલાઈનની આવક અટકશે નહીં. પરંતુ એવી પાઈપલાઈન નાખવા માટે ભોગ આપવો પડશે. પાઈપલાઈનો આપોઆપ નંખાઈ જતી નથી. તમારે સમય કાઢીને, પ્રયત્નો કરીને પાઈપલાઈનો નાખવી પડે છે.

બધી ડોલ છેવટે ખાલી થઈ જ જાય છે.

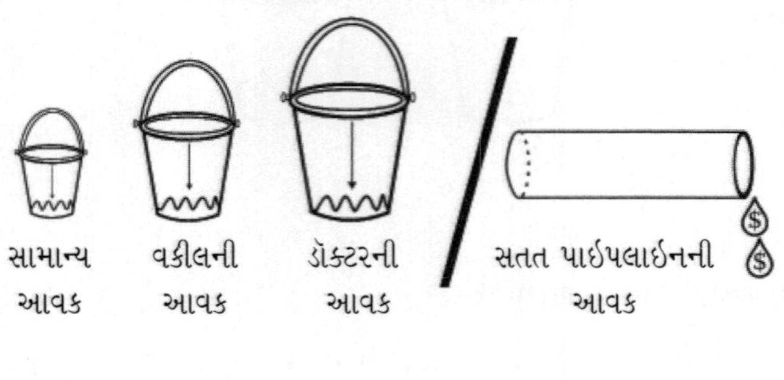

મોટી ડોલથી સમસ્યાનો ઉકેલ આવશે નહીં

બધાને પોતાની ડોલનું કદ વધારવું ગમશે. વાર્ષિક પગારવધારો કે વધારે પગારવાળી નોકરીને કોઈ ના કહેશે નહીં. અને જો ડોલ ઊંચકવી

જ આપની આવકનો એકમાત્ર સ્રોત હોય, તો હું પણ એમ જ કહીશ કે ઊંચકાય તેટલી મોટી ડોલ ઊંચકો. એમાં જ સમજદારી છે.

પરંતુ ડોલ ઊંચકવાથી તમે કદી પણ આર્થિક રીત સ્વતંત્ર નહીં બની શકો, એ સત્ય બદલાવાનું નથી. તમારી ડોલ ગમે તેટલી મોટી હશે પરંતુ તેનાથી તમારો પરિવાર સલામત અને સુરક્ષિત બનશે નહીં.

કેમ ?

કારણ કે, જ્યાં સુધી તમે ડોલ ઊંચકતા હશો, ત્યાં સુધી તમારે આવક માટે જાતે જઈને કામ કરવું પડશે. તમે ડોલ ઊંચકવાનું બંધ કરશો ત્યારથી જ તમારી આવક બંધ થઈ જશે.

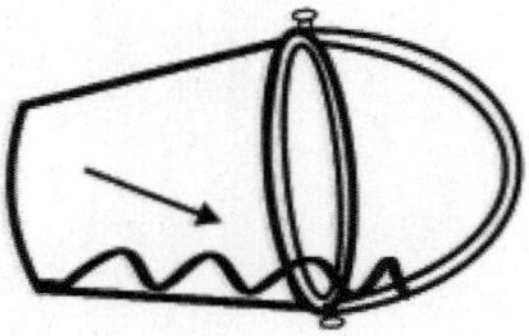

- માંદગી કે ઈજા
- નોકરી છૂટી જવી
- નિવૃત્તિ

ડોલ ઊંચકનારા ઘણા બધા 'કરોડપતિ' રાતોરાત 'રોડપતિ' થઈ ગયા છે, કારણ કે તેઓ ડોલ ઊંચકતા હતા, તે દરમિયાન તેમણે પાઈપલાઇન નાંખવાની બાબત અવગણી કાઢી હતી. એટલે જેવી ડોલ ખાલી થઈ ગઈ, તેમની વૈભવી જીવનશૈલી પણ ભાંગી પડી.

"સફળતાની પાઇપલાઇન એ જ જીવનની લાઇફલાઇન," મારા પિતાજી હંમેશાં કહેતા.

એ શા માટે એવું કહેતા હતા, તે હવે તમને સમજાય છે ?

ભાગ 2

સફળતાની પાઇપલાઇન, જીવનની લાઇફલાઇન

પ્રકરણ 3

પાઇપલાઇનની શક્તિ

પણ પાબ્લો કંઈ એમ સરળતાથી નિરાશ થાય એવો નહોતો. તેણે ધીરજપૂર્વક પાઈપલાઈનનું આયોજન પોતાના ખાસ મિત્રને સમજાવ્યું. પાબ્લોએ એમ નક્કી કર્યું કે તે અડધો દિવસ પાણીની ડોલ ઊંચકીને લઈ જશે અને અડધો દિવસ તેમજ શનિ-રવિ પાઈપલાઈન નાખવાનું કામ કરશે. ખડકાળ જમીનમાં પાઈપલાઈન માટે ખોદકામ કરવું અઘરું પડશે એમ તે જાણતો હતો. તે એમ પણ જાણતો હતો કે તેમને તો પાણીની ડોલ દીઠ પગાર મળે છે, એટલે શરૂઆતમાં તો તેની આવક પણ ઘટશે. પાઈપલાઈનમાંથી આવક શરૂ થવાને તો વર્ષ કે બે વર્ષ જેટલો સમય લાગશે જ. પરંતુ પાબ્લોને પોતાના સ્વપ્ન પર વિશ્વાસ હતો અને તેણે એ કામ શરૂ કર્યું.

- 'સફળતાની પાઈપલાઈન, જીવનની લાઈફલાઈન'માંથી.

આ વાત બે એકદમ અલગ માણસોની છે - એક વિખ્યાત બેઝબોલ ખેલાડીની અને એક નાનકડા નગરની પ્રાથમિક શિક્ષિકાની.

બંને એકબીજાથી તદ્દન અલગ હતાં. એક યુવાન હતો અને બીજી વયોવૃદ્ધ મહિલા. એકને દર વર્ષે લાખો ડૉલર મળતા હતા અને બીજી વ્યક્તિ પ્રતિ વર્ષ $10,000થી વધારે ક્યારેય કમાઈ નહોતી. એકને આખી દુનિયા જાણતી હતી જ્યારે બીજી વ્યક્તિ મેસેચ્યુસેટ્સના નાનકડા નગરમાં પોતાનું જીવન વિતાવતી હતી.

જોકે તેમના અંગત અને આર્થિક બાબતોના નિર્ણયો જેટલા અલગ હતા તેની સરખામણીએ આ બધી બાબતો તો એકદમ ક્ષુલ્લક જ લાગે. એક વ્યક્તિએ પાઈપલાઈન નાખી અને હવે તે લાખોપતિ બનીને નિવૃત્ત થશે. બીજી વ્યક્તિ માત્ર ડોલ જ ઊંચકતી રહી અને હવે તે નાદારી નોંધાવાની તૈયારીમાં છે.

આ વાત છે બે તદ્દન અલગ લોકોની પણ તેમના વ્યક્તિત્વમાં રહેલા તફાવત મહત્ત્વના નથી. તેમના આર્થિક બાબતોના નિર્ણયો અને તેમાંથી તમે શું શીખી શકો છો એ મહત્ત્વનું છે. આ બંને જણની વાર્તા જાણીને તમારા મનમાં એકદમ સ્પષ્ટ થઈ જશે કે માત્ર પાઈપલાઈન નાખવાથી જ આર્થિક સ્વાતંત્ર્ય અને સાચી સલામતી મળે છે.

તમારા નિર્ણયો

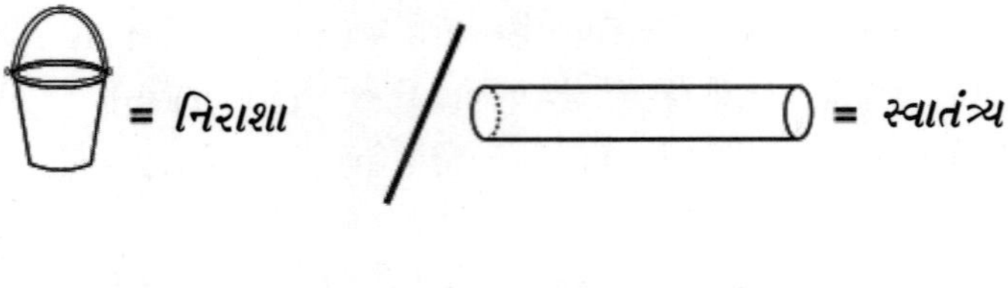

બેઝબોલના ખેલાડીની જીવનકથા

ચાલો, બેઝબોલના વિખ્યાત ખેલાડીની જીવનકથાથી શરૂઆત કરીએ. આ કુશળ ખેલાડીએ અંગત અને આર્થિક બાબતોમાં વર્ષો સુધી ખરાબ નિર્ણયો જ લીધા છે.

અંગત જીવનના ખરાબ નિર્ણયોને કારણે તેનું લગ્નજીવન ભાંગી પડ્યું, તેને દારૂ તેમજ ડ્રગ્સની લત લાગી ગઈ. એ તો તેના જીવનમાં ખરાબ બન્યું જ, પરંતુ તેના આર્થિક નિર્ણયો પણ એટલા જ ખરાબ હતા કારણ કે તે હવે નાદારી નોંધાવવાની તૈયારીમાં છે. મને ખાતરી છે કે આ ખેલાડીનું નામ તો તમે સાંભળ્યું જ હશે, કારણ કે 20 વર્ષ સુધી તે સતત છવાયેલો રહ્યો હતો.

તેનું નામ છે ડેરીલ સ્ટ્રોબેરી. આર્થિક સ્વાતંત્ર્ય સિદ્ધ કરવા માટે શું ન કરવું જોઈએ, તેની શીખ તેના જીવન પરથી મળી રહે તેમ છે.

ડેરીલ સ્ટ્રોબેરી 38 વર્ષનો છે અને તેણે પોતાનું અડધાથી વધારે જીવન બેઝબોલ રમવામાં જ વિતાવ્યું છે. કિશોરાવસ્થામાં જ તેને એક વિખ્યાત ટીમ દ્વારા પસંદ કરવામાં આવ્યો અને તેની પ્રતિભા જોઈને લોકો તેને "ભવિષ્યનો ટેડ વિલિયમ્સ" કહેવા લાગ્યા.

ડેરીલ પોતાની કારકિર્દીમાં અઢળક કમાયો છે. દર વર્ષે તેને 20 થી 50 લાખ ડૉલર મળ્યા છે. અને, એ તો માત્ર બેઝબોલ રમવા માટેના જ. જાહેરાતો, કાર્યક્રમોમાં હાજરી આપવી, ભાષણો અને પોતાના હસ્તાક્ષર આપવા જેવા કાર્યક્રમોથી દર વર્ષે બીજા 20 લાખ ડૉલર તો ખરા જ. આમ જોવા જઈએ, તો તે પોતાના 40મા જન્મદિવસ પહેલાં 5 થી 10 કરોડ ડૉલર તો કમાયો જ છે.

લક્ષ્મી ચંચળ હોય છે

આટલા ડૉલર કમાતા વ્યક્તિને આર્થિક દૃષ્ટિએ કશી જ ચિંતા ન હોવી જોઈએ, સાચું ને?

ના, ખોટું.

એક સ્થાનિક અખબાર મુજબ, "ડેરીલ સ્ટ્રોબેરી પાસે અત્યારે કશી જ બચત પણ નથી અને તેની પત્ની ચેરિસ તેમજ ત્રણ બાળકોના ભરણ-પોષણ જેટલી આવક પણ નથી."

10 કરોડ ડૉલરની આવક અને તળિયાઝાટક! એવું તે શું બન્યું?

તેણે બધા જ ડૉલર વાપરી નાખ્યા.

મોંઘા ઘર, મોંઘી ગાડીઓ, અને પોતાને કાયદાથી બચાવવા માટે મોંઘા વકીલો. ખર્ચાળ છૂટાછેડા અને ડ્રગ્સ અને દારૂની લતમાંથી છૂટવા માટે મોંઘા દવાખાનાંઓની સારવાર પણ ખરી.

આ પુસ્તક લખાયું ત્યાં સુધીમાં તો ડેરીલના બેઝબોલ રમાવા ઉપર પણ પ્રતિબંધ મૂકી દેવામાં આવ્યો છે. મતલબ કે હવે તેની આવકનો સ્રોત પણ બંધ થઈ ગયો છે. હવે જો તેના ઘરે કંઈ આવતું હોય, તો એ છે જાતભાતનાં બિલ. અને બિલ તો દરરોજ, દર મહિને અચૂક આવે છે, દરરોજ ઊગતા સૂરજની જેમ જ.

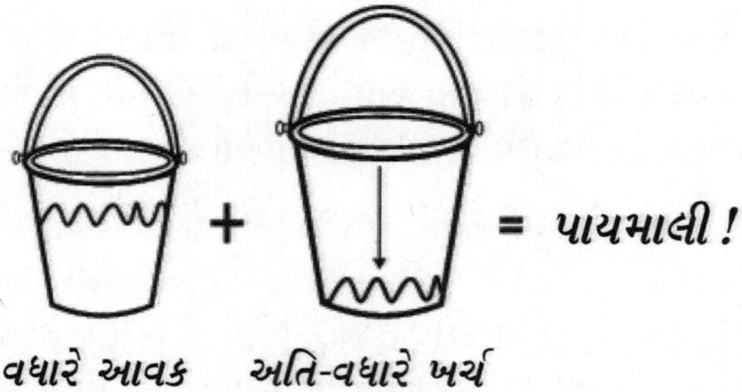

કોણ બનશે કરોડપતિ ?

બીજી જીવનકથાનો અંત તદ્દન અલગ છે. તે એક નાનકડા નગરમાં રહેતી પ્રાથમિક શિક્ષિકા માર્ગરેટ ઓ'ડોનેલની જીવનકથા છે. એ જીવનકથા સાબિત કરે છે કે તમારે મોટી પાઈપલાઈન નાખવી હોય, તો મોટી ડોલ ઊંચકવાની જરૂરત નથી.

માર્ગરેટે 50 વર્ષથી વધારે સમય શાળામાં ભણાવવાની નોકરી કરી. તે જ્યારે પોતાના જીવનના સાતમા દસકમાં નિવૃત્ત થઈ, ત્યારે તેની વાર્ષિક આવક હતી $8,500. તે જ્યારે 100 વર્ષની ઉંમરે મૃત્યુ પામી, ત્યારે તે જે ચર્ચમાં નિયમિત જતી હતી તે ચર્ચ માટે, તે જે શાળામાં ભણતી હતી તે શાળા માટે તેમજ બાળકોની પ્રવૃત્તિઓ કરાવતી સંસ્થા સહિત વિવિધ 10 સેવાભાવી સંસ્થાઓ માટે કુલ 20 લાખ ડૉલર જેટલું દાન કરતી ગઈ હતી.

વર્ષે $10,000થી પણ ઓછી આવક ધરાવતી સ્ત્રીએ આટલો મોટો ખજાનો કઈ રીતે ભેગો કર્યો હશે? એકદમ સરળ ઉત્તર છે. તે દર મહિને ઉત્તમ કંપનીઓના શેરમાં રોકાણ કરતી હતી અને તેને વધવા દેતી હતી, અધવચ્ચે ઉપાડી લેતી નહોતી.

લાંબા ગાળાની પાઈપલાઈન નાખવી

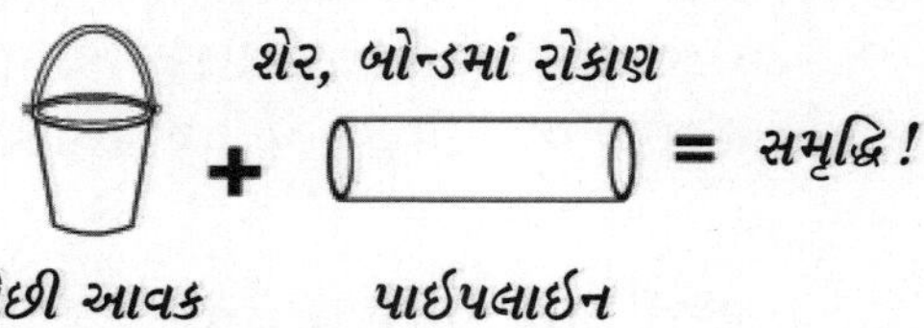

"માર્ગરિટને શેરમાં રોકાણ કરવું ગમતું," તેના શેરબજારના બ્રોકર બોબ વોલાનસ્કે કહ્યું. "હું તેમને પહેલી વાર મળ્યો ત્યારે તેમણે મારા ટેબલ પર ત્રણ કાગળ મૂક્યા અને કહ્યું, 'મારે આ નકામા માલનું શું કરવું?' તે મને અમુક એવી કંપનીઓના શેર વિષે પૂછી રહ્યા હતા, જે સારું વળતર આપી રહ્યા નહોતા."

પછીનાં 20 વર્ષ, માર્ગરિટના પોર્ટફોલિયોમાં બ્લૂ ચીપ કંપનીઓના શેર, ટેક્ષ-સેવિંગ બોન્ડ અને યુટિલિટી કંપનીઓના શેર ઉમેરાતા ગયા અને તે બધા શેર તેણે મૃત્યુ પર્યંત પોતાના ખાતામાં જાળવી રાખ્યા. તેણે પોતાના રોકાણને ભાગ્યે જ ઘટાડ્યું. એટલે તેની નિવૃત્તિની પાઈપલાઈન દિવસે ને દિવસે સમૃદ્ધ થતી ગઈ.

નાનકડું બલિદાન, વિશાળ પરિણામ

હવે, જો તમે એમ વિચારતા હોવ કે માર્ગરિટ રૂપિયાના ત્રણ અડધા શોધતી ચીંગૂસ વ્યક્તિ હતી જે માત્ર ડિસ્કાઉન્ટવાળી અને સસ્તી વસ્તુઓ જ ખરીદતી હોય અને ચામાં પડેલી માખી પણ ચૂસીને ફેંકતી હોય, તો તમે ખોટું વિચારો છો. તે પોતાના મિત્રો સાથે અવારનવાર બહાર જમવા જતી હતી. બ્યૂક કાર પણ વાપરતી હતી અને વૅકેશન માણવા અવારનવાર યુરોપ પણ જતી હતી.

તે જીવનને માણવામાં કોઈ જ કમી રાખતી નહોતી, પરંતુ તેના ખર્ચા માપમાં અને શિસ્તબદ્ધ હતા. અને તે દરેક મહિને બચત અને રોકાણ કરતી હતી, નિવૃત્ત થયા પછી પણ.

લાંબા ગાળાની પાઈપલાઈન કઈ રીતે નંખાય, તેનું શ્રેષ્ઠ ઉદાહરણ છે માર્ગરિટ. તેણે પોતાના જીવનના ત્રીજા દસકની શરૂઆતથી જ બચત અને રોકાણ શરૂ કરી દીધાં હતાં. અને તે શતાયુ થઈને મૃત્યુ પામી ત્યાં સુધી તેણે એ કામ ચાલુ જ રાખ્યું. (આવનારાં પ્રકરણોમાં તમે સમજશો કે કઈ રીતે પાઈપલાઈન સમય જતાં વિશાળ થતી જતી હોય છે.)

વધતી જતી પાઈપલાઈન

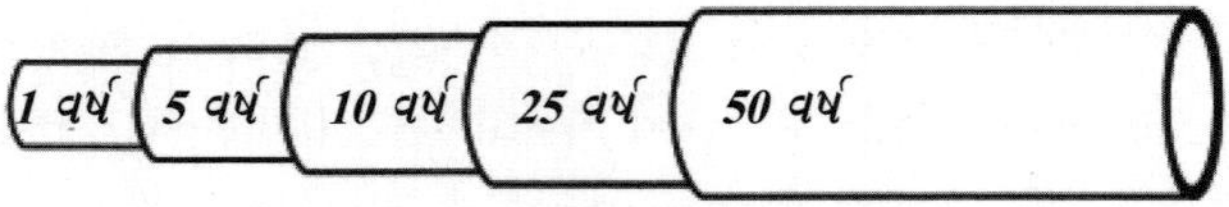

પાબ્લોની જેમ, પાઈપલાઈન નાખનારા દરેક લોકો શરૂઆતના દિવસો કે વર્ષોમાં કંઈ વધારે સફળતા પામશે નહીં, પરંતુ સતત અને શિસ્તબદ્ધ પ્રયત્નોથી આ નાના-નાના પ્રયત્નો જ વિશાળ પરિણામ આપતા હોય છે.

ડોલ ખાલી થઈ ગયા પછી પણ પાઇપલાઇન ચાલુ જ રહે છે

હવે તમને સમજાય છે કે હું પાઈપલાઇનની કઈ શક્તિની વાત કરી રહ્યો છું? ડેરીલ સ્ટ્રોબેરી વર્ષો સુધી મોટી ડોલ ઊંચકતો રહ્યો અને આજે એની પાસે શું છે? ભરવાના બિલ સિવાય કશું જ નહીં.

સ્ટ્રોબેરી પાસે પાઈપલાઈન નાખવા માટે 20 વર્ષ હતાં. જો તેણે પોતાની આવકના માત્ર 10% નું શેરબજારમાં રોકાણ કરે રાખ્યું હોત અને રોકાણની પાઈપલાઈન નાંખે રાખી હોત, તો અત્યારે તેની પાસે 2 કરોડ ડૉલરથી માંડીને 10 કરોડ ડૉલર સુધીનું ભંડોળ હોત.

પરંતુ તેણે એમ કર્યું નહીં.

ગુમાવેલી તક

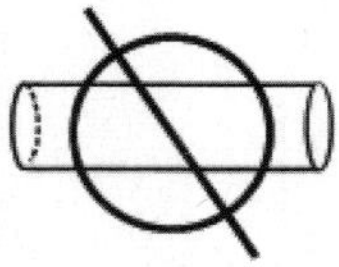

પાઈપલાઈન નથી, તો આવક સતત ચાલુ રહેતી નથી

ડેરીલે એમ ધારી લીધું કે તેની મોટી ડોલ ક્યારેય ખાલી થશે નહીં. પરંતુ એ ધારણા ખોટી હતી. ડોલ ગમે તેટલી મોટી હોય, તે કદી પણ આપોઆપ ભરાતી નથી. ડોલ ઊંચકનારે જ ડોલ ભરવા જવું પડે છે. ડોલ ઊંચકનાર માંદો પડે, ઘાયલ થાય, કંટાળી જાય કે નિવૃત્ત થાય, એટલે ડોલ ખાલી થવા માંડે છે.

ડોલ ખાલી થઈ જાય છે પરંતુ પાઈપલાઇનમાંથી સતત પાણી મળ્યા કરે છે. આ નિયમ જેટલો નાની ડોલ ઊંચકનારાને લાગુ પડે છે, તેટલો જ મોટી ડોલ ઊંચકનારાને પણ લાગુ પડે છે. મેં પહેલાં પણ કહ્યું જ હતું કે ડોલ કેટલી મોટી છે, તેનો કોઈ જ અર્થ નથી. મોટી ડોલવાળાના ખર્ચા પણ મોટા હોય છે. આર્થિક સ્વાતંત્ર્ય માટે તમારે પાઈપલાઇન નાંખવાની માનસિકતા કેળવવી પડે છે અને પછી પાઈપલાઇન નાંખવાના આયોજન અનુસાર કામ કરવું પડે છે !

મોટી ડોલ

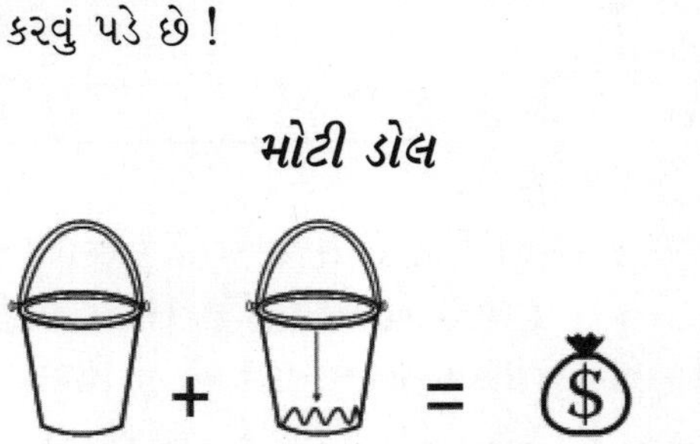

નાની ડોલ, મોટી પાઇપલાઇન

ઘણા બધા રૂપિયા કમાઈ લેવાથી આર્થિક સ્વાતંત્ર્ય મળશે જ એવું નક્કી નથી હોતું. માત્ર પાઈપલાઈનથી જ એ શક્ય બનશે. જો તમે પાઈપલાઈન નાંખશો નહીં, તો તમારી ડોલ તો એક દિવસ ખાલી થઈ જ જશે.

મેં તમને ડેરીલ સ્ટ્રોબેરીની જીવનકથા એટલે જ કહી કે જેથી તમે સમજી શકો કે જો ડેરીલ સ્ટ્રોબેરીની ડોલ ખાલી થઈ જતી હોય, તો તમારી કેમ નહીં?

તેના વિષે વિચારો. ડેરીલ તો દરેક વર્ષની આવક જે તે વર્ષમાં જ વાપરી નાખતો હતો.

તમે શું કરો છો?

ડેરીલે એમ ધારી લીધું કે તેની ડોલ ક્યારેય ખાલી થશે જ નહીં.

તમે શું ધાર્યું છે?

જ્યારે પોતાના સમય અને આવકનો ઉપયોગ કરીને પાઈપલાઈન નાંખવી જોઈતી હતી ત્યારે ડેરીલે એ બંને વેડફી નાખ્યા.

તમે શું કરો છો?

તમે શું કરો છો?

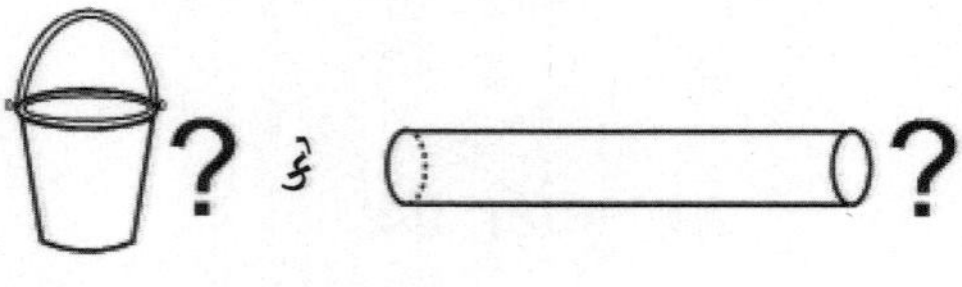

ડેરીલે અમુક ખરાબ નિર્ણયો લીધા જેના કારણે તેને ઘણું આર્થિક નુકસાન થયું, પરંતુ તેનો સૌથી ખરાબ આર્થિક નિર્ણય પાઈપલાઈન વિષે ન વિચારવાનો હતો. એ તદ્દન અક્ષમ્ય છે! એ શું વિચારી રહ્યો હતો?

બીજી બાજુ, માર્ગરિટ ઓ'ડોનેલમાં એટલી બુદ્ધિ હતી કે તેણે પોતાના ડોલ ઊંચકવાના દિવસોમાં જ પાઈપલાઈન નાંખવી પણ શરૂ કરી

દીધી હતી. એટલે જ્યારે તેની ડોલ ઊંચકવાના દિવસો પૂરા થયા, ત્યારે પણ પાઈપલાઇન થકી તેની આવક તો ચાલુ જ રહી.

તમારા નિર્ણયો

હવે હું તમને પૂછું છું કે તમે કઈ પરિસ્થિતીને પસંદ કરશો - ડેરીલ સ્ટ્રોબેરીની કે માર્ગરિટ ઓ'ડોનેલની? જો તમારો જવાબ હોય માર્ગરિટ ઓ'ડોનેલની, તો તમારે તરત જ તમારી પાઈપલાઇન નાંખવાનું શરૂ કરી દેવું જોઈએ!

આ પાઈપલાઇન જ તમારી લાઈફલાઇન બની રહેશે, કારણ કે એ આપોઆપ જ વિકસતી રહે છે. સમયાંતરે એમાં થોડુંક કામ કરવું પડે, સમારકામ પણ કરવું પડે. ક્યારેક નવેસરથી પણ નાંખવી પડે. પરંતુ આ પાઈપલાઇનમાંથી પ્રતિવર્ષ નફો મળતો રહેશે.

તમારો નિર્ણય

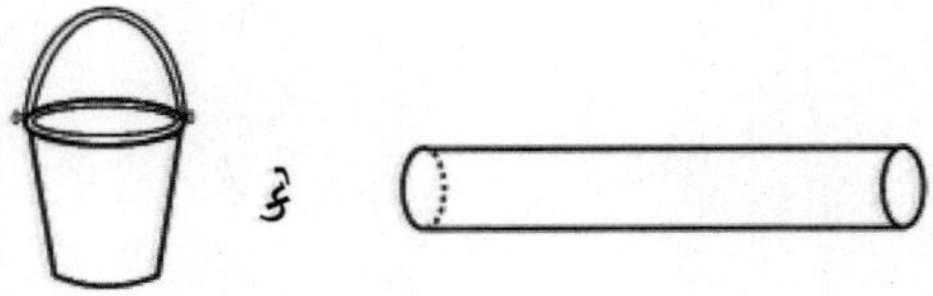

"તમને મળતી તક નહીં પરંતુ તમે લીધેલા નિર્ણયો જ તમારું જીવન ઘડે છે."

ડેરીલ સ્ટ્રોબેરી અને માર્ગરિટ ઓ'ડોનેલ, એ બંને પાસે વિકલ્પ હતો. ડેરીલે ડોલ પસંદ કરી અને માર્ગરિટે પાઈપલાઇન.

તેમણે તેમના નિર્ણયો લઈ લીધા.

હવે તમારે નિર્ણય લેવાનો છે.

પ્રકરણ 4

લિવરની શક્તિ

પાઈપલાઈનનું કામ પૂરું થયા પછી પાબ્લોને હવે ડોલ ઊંચકવાની જરૂરત રહી નહીં. એ કામ કરે કે ન કરે, પાઈપલાઈનમાંથી પાણી તો વહેતું જ રહેતું. એ ખાતો હોય, તો પણ કુંડ ભરાયે રાખે. ઊંઘતો હોય કે શનિ-રવિ હોય, તો પણ કુંડ તો ભરાયે જ રાખતો. અને પાબ્લોના ખિસ્સામાં સતત રૂપિયા પણ આવતા જ રહેતા.

- *'સફળતાની પાઈપલાઈન, જીવનની લાઈફલાઈન'માંથી.*

પ્રિન્ટિંગ પ્રેસ અત્યંત અદ્‌ભુત વિભાવના છે, એવી વિભાવના કે જેનાથી સંસ્કૃતિઓ બદલાઈ ગઈ છે.

વાસ્તવમાં, પ્રિન્ટિંગ પ્રેસની વિભાવના વિના તો તમે આ પુસ્તક પણ અત્યારે વાંચી શકતા ન હોત !

ચાલો સમજાવું.

ઈ.સ. 1440માં, જોહાનીસ ગુટેનબર્ગ નામના એક જર્મન ઉદ્યોગસાહસિકે એક વાઈન પ્રેસને દુનિયાના પ્રથમ વ્યવસાયિક પ્રિન્ટિંગ પ્રેસમાં રૂપાંતરિત કર્યું. તેણે ‘ગુટેનબર્ગ બાઈબલ’ની 180 પ્રતો છાપી અને તે બધી જ પ્રત ગણતરીના દિવસોમાં જ વેચાઈ પણ ગઈ.

ગુટેનબર્ગનું આ પ્રિન્ટિંગ પ્રેસ તરત જ સફળતાના માર્ગે અગ્રેસર બન્યું. થોડાક જ દસકોમાં સમગ્ર યુરોપમાં પ્રિન્ટિંગ પ્રેસનો રાફડો ફાટી નીકળ્યો. સત્તરમી સદીના મધ્યભાગ સુધીમાં તો યુરોપમાં 80 લાખ જેટલાં પુસ્તકો યુરોપમાં ફરતાં થઈ ગયાં હતાં. આગળનાં હજારો વર્ષોમાં જેટલાં પુસ્તકો લખાયાં હતાં, તેના કરતાં પણ આ આંકડો 10 ગણો હતો !

હસ્તલિખિત પુસ્તકો અને છપાયેલાં પુસ્તકો એટલે ડોલ અને પાઇપલાઇન

ગુટેનબર્ગ પ્રેસને કારણે હસ્તલિખિત પુસ્તકોની પદ્ધતિ સદંતર બંધ થઈ ગઈ. એ પહેલાં, લહિયાઓ અને સાધુઓ પુસ્તકોની હસ્તલિખિત નકલો તૈયાર કરતા હતા. એટલે આવું એક પુસ્તક તૈયાર કરવામાં જ વર્ષો લાગી જતાં અને એ પ્રક્રિયા એટલી ખર્ચાળ હતી કે માત્ર રાજા-રજવાડાં જ એ ખર્ચ ઉપાડી શકતાં.

ગુટેનબર્ગે એ પદ્ધતિ જ બદલી નાખી. પ્રિન્ટિંગ પ્રેસવાળાએ બધા અક્ષરો માત્ર એક જ વાર ગોઠવવા પડતા. પછી સરળતાથી તેની હજારો નકલો છાપી શકાતી. પ્રિન્ટિંગ પ્રેસને કારણે પુસ્તક તૈયાર કરનારાનો સમય અને રૂપિયા બંને બચતા અને ઉત્પાદકતા અનેકગણી વધતી.

હસ્તલિખિત પુસ્તકો ડોલ ઊંચકવા જેવી વાત હતી, કારણ કે તેમાં પ્રયત્ન અને પરિણામનું પ્રમાણ સરખું જ રહેતું હતું. એક કલાકની

મહેનતથી એક કલાક જેટલું જ પરિણામ મળતું હતું. જો એક લહિયો એક દિવસમાં એક પાનું તૈયાર કરી શકે, તો તેને 100 પાનાં તૈયાર કરતાં 100 દિવસ લાગે.

તેનાથી વિપરીત, પ્રિન્ટિંગ પ્રેસ પાઇપલાઇન નાખવા જેવી વાત છે. ચાલો, એમ ધારી લઈએ કે સોળમી સદીમાં છાપખાનું ચલાવનારાને એક પાનું ગોઠવતાં એક દિવસ લાગતો હશે. એટલે એક દિવસના અંતે માત્ર એક જ પાનું તૈયાર થતું.

હસ્તલિખિત પુસ્તકો

પરંતુ બીજા દિવસે શું થઈ શકે, એ પણ વિચારો. બીજા દિવસે એ ગોઠવાયેલા પાનાની 100 નકલો છપાઈ શકતી ! બીજા શબ્દોમાં કહીએ તો, લહિયાને જે કામ કરવામાં 100 દિવસ લાગતા, એ કામ પ્રિન્ટિંગ પ્રેસમાં માત્ર 2 દિવસમાં થઈ જતું. આ થયો સમયનો સર્વોત્તમ ઉપયોગ !

પ્રિન્ટિંગ પ્રેસ

1 કલાક = 100 પાના

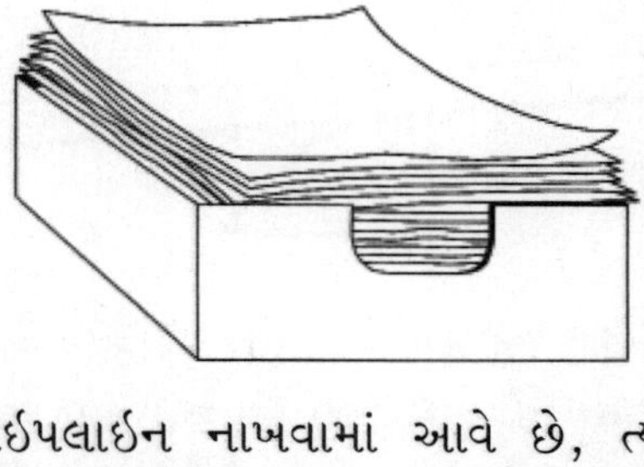

જ્યારે પાઇપલાઇન નાખવામાં આવે છે, ત્યારે પ્રયત્ન અને પરિણામનો દર સમાન નથી રહેતો પરંતુ પ્રયત્નની સરખામણીએ પરિણામ

ઘણું ઊંચું મળવા માંડે છે. આ પરિણામો પ્રયત્નની સરખામણીએ 100 ગણા, 1000 ગણા કે પછી લાખ ગણા પણ હોય છે.

એને આપણે આપણા પ્રયત્નોનું પરિણામ વધારવાનું લિવર (ઉચ્ચાલક) પણ કહી શકીએ.

બે પ્રકારનાં લિવરઃ સમય અને ધન

લિવર શબ્દ મૂળે જૂની ફ્રેંચ ભાષામાંથી આવ્યો છે અને તે શબ્દનો અર્થ થતો હતો "હળવું બનાવવું". એટલે જ કોઈ ભારે વસ્તુ ઊંચકવા માટે આપણે જે વાપરીએ તેને લિવર કહીએ છીએ. લિવર વાપરવાથી ભારે વસ્તુ પણ એટલી હળવી બની જાય છે કે નાનું બાળક પણ તેને ઊંચકી શકે છે.

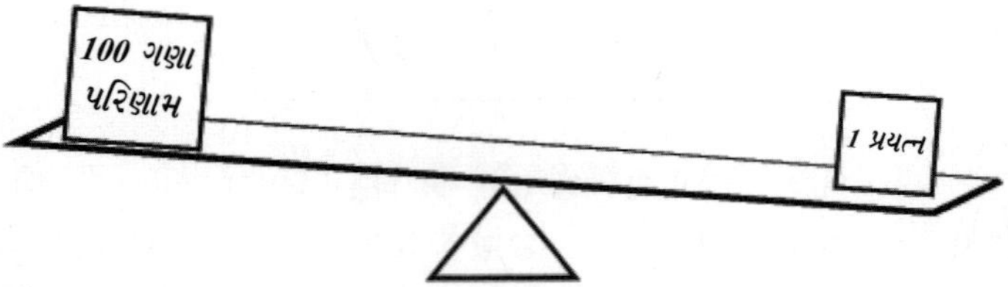

જ્યારે આપણે સમય અને રૂપિયાનો ઉપયોગ આપણા લિવર તરીકે કરીએ ત્યારે પણ પરિણામો અનેકગણાં વધી જતાં હોય છે.

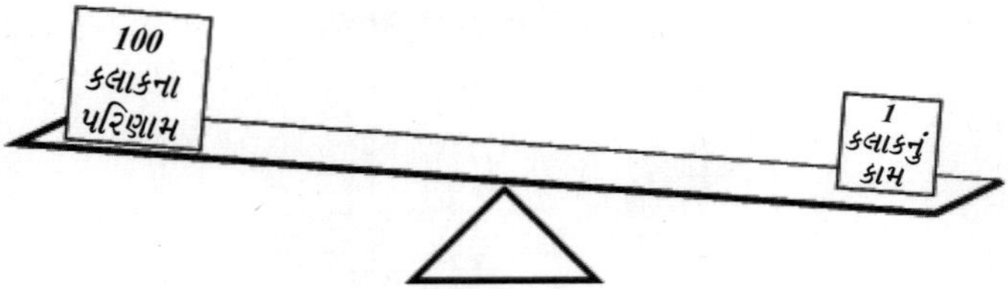

ઉદાહરણ તરીકે, જો સમયનો લિવર તરીકે ઉપયોગ કરવામાં આવે, તો 1 કલાકના કામનું પરિણામ 100 કલાકના કામ જેટલું મળી શકે છે. એક અઠવાડિયાના કામથી એક વર્ષ જેટલું ઉત્પાદન કરી શકાય છે.

રૂપિયાનો પણ લિવર તરીકે ઉપયોગ કરી શકાય છે. 1 રૂપિયાનું રોકાણ અમુક વર્ષો પછી મૂળ રોકાણ કરતાં અનેકગણું થઈને પાછું મળી શકે છે.

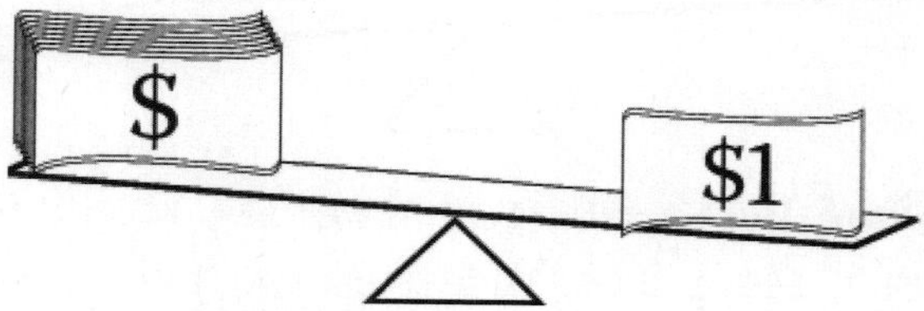

રૂ 100નું વળતર ***રૂ 1નું રોકાણ***

લિવરનાં ઉત્તમ ઉદાહરણો

પ્રિન્ટિંગ પ્રેસ આવા લિવરનું ઉત્તમ ઉદાહરણ છે. તેના દ્વારા સમય, રૂપિયા અને પ્રયત્નોનાં અનેકગણાં પરિણામો મળે છે. આવા લિવર દ્વારા જેટલો સમય કામ, તેટલું મળતરનું દુષ્ચક્ર ભાંગે છે. લિવર એટલે વધારે મહેનત નહીં પરંતુ વધારે બુદ્ધિ અને દરેક પ્રકારની પાઈપલાઈન પાછળ મુખ્યત્વે આ જ શક્તિ કામ કરતી હોય છે.

સમયનું લિવરઃ માણસોને નોકરીએ રાખીને લોકો પોતાના સમયનો અનેકગણો ઉપયોગ કરતા હોય છે. ધારી લો કે તમારે એક રેસ્ટોરાં ખોલવી છે. તમે પોતે જ વેઈટર, રસોઈયો, બેરા, વાસણ ધોનાર અને હિસાબ રાખનાર, એ બધું બની જાવ અને તમારી રેસ્ટોરાં નફો કરવા માંડે એવું બને નહીં. તમે એક સમયે એક જ જગ્યાએ હાજર રહી શકો છો. એટલે તમે વિવિધ કામ કરવા માટે વિવિધ માણસોને નોકરીએ રાખશો.

જો તમે 10 માણસોને નોકરીએ રાખ્યા છે અને બધા માણસોને દરરોજના રૂ. 500 લેખે 5000 પગારના ચૂકવો છો. સામા પક્ષે, આખા દિવસનો સરેરાશ વકરો રૂ. 25,000 થતો હોય છે. તો બધો ખર્ચો કાઢતાં પણ તમને દરરોજ ઘણા રૂપિયા મળી રહેશે.

નાના ધંધાઓમાં સમયનો લિવર તરીકે ઉપયોગ

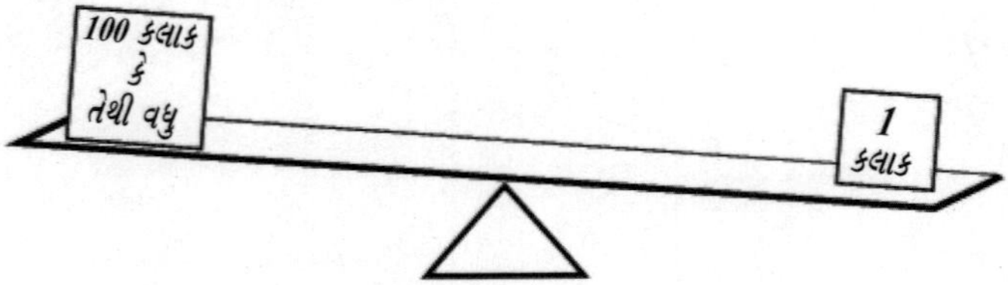

રૂપિયાનું લિવર : શેરબજારમાં રોકાણ કરવું એ રૂપિયાનું લિવર તરીકે ઉપયોગ કરવાનું ઉત્તમ ઉદાહરણ છે. તમે વોરન બફેટ વિષે તો વાંચ્યું જ હશે. તેઓ શેરબજાર માટે જીવંત દંતકથા સમાન ગણાય છે અને દુનિયાના બીજા કે ત્રીજા નંબરના સૌથી ધનવાન વ્યક્તિ પણ છે. તેમણે બહુ જૂની પદ્ધતિથી આ સ્થાન મેળવ્યું છે. તેમણે લોકોના પૈસાનું રોકાણ કરીને લોકો માટે તેમજ પોતાના માટે અદ્‌ભુત સંપત્તિ પેદા કરી છે.

એના આંકડા જોવા છે ? જો તમે 1965માં વોરન બફેટના બર્કશાયર હેથવે શેરમાં $10,000 રોક્યા હોત, તો 1998 સુધીમાં તમારા એ રોકાણનું મૂલ્ય $5.1 કરોડ થઈ જાત ! અદ્‌ભુત ! શું તમને એમાં રોકાણ કરવાની ઇચ્છા નથી થતી ?

પાંત્રીસ વર્ષ પહેલાં બર્કશાયર હેથવેના શેરની કિંમત હતી માત્ર $19. અને 1998ના અંત સુધીમાં એજ શેરની કિંમત $70,000 થઈ ગઈ હતી. મતલબ, જો તમે 1965માં $300નું લિવર ઊભું કર્યું હોત, તે અત્યારે દસ લાખ ડૉલર થઈ જાત. અકલ્પનીય !

બર્કશાયર હેથવેમાં રૂપિયાનું લિવર

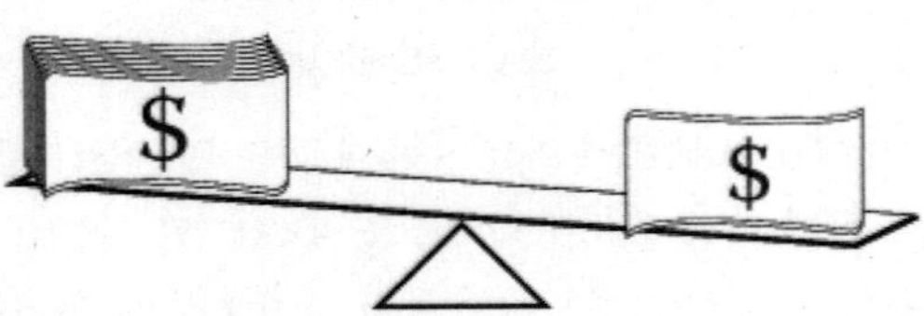

$10 લાખ પરિણામ ***શેર*** ***$300 રોકાણ***

પાઇપલાઇન નાંખવા જેવી જ છે

હવે તમને લિવરની શક્તિ સમજાય છે? યોગ્ય લિવર હોય, તો પ્રયત્નની સરખામણીમાં અનેકગણું પરિણામ મળી શકે છે એ વાતનું બર્કશાયર હેથવેના શેર જીવંત ઉદાહરણ છે.

થોડુંક વધારે વિચારીએ. 1965માં $300 ભેગા કરવામાં કેટલો સમય લાગ્યો હોત? બે કે ત્રણ દિવસ કે વધુમાં વધુ એક અઠવાડિયું કામ કરવું પડ્યું હોત. એક વાર $300નું રોકાણ કરી દીધા પછી તમારે કશું જ કરવાનું રહેતું નહોતું, કારણ કે તમારી પાઈપલાઈન નંખાઈ ગઈ હતી. તમારે માત્ર અખબારમાં અવારનવાર શેરના ભાવ જોતા રહેવાના હતા. બસ એટલું જ.

હવે તમારી જાતને પૂછો: એક વાર $300 રોક્યા પછી આંગળી પણ ઊંચી કર્યા વગર તેના $10 લાખ ડૉલર થઈ જાય, તો એ સારું કહેવાય કે નહીં?

તમે જોઈ શકો છો કે સમય અથવા રૂપિયાનો ચતુરાઈપૂર્વક ઉપયોગ કરવામાં આવે, તો તેનું હજારગણું વળતર પણ મળી શકે છે.

તો શું તમારે પણ એવું લિવર શોધવું ન જોઈએ કે જેના વડે $1ના $100 થાય કે 1 કલાકમાં 100 કલાકનું કામ થાય?

તમે એકવાર કામ કરો પછી તમારું લિવર જ બાકીનું કામ કરતું રહે, તો ગમે કે નહીં?

મિત્રો, જો તમારે કોઈ લિવરના આવા લાભ મેળવવા હોય, તો તમારે પણ પાબ્લો કે વોરન બફેટે જે રીતે પાઈપલાઈન નાખી હતી, તે રીતે પાઈપલાઈન નાંખવી જ રહી. સાથે સાથે તમારે એવું લિવર પણ શોધવું રહ્યું કે જે તમારા સમય અને રૂપિયાને અનેકગણા કરી શકે. *આજની મહેનતથી તમારી આવતીકાલ સુધરી શકે !*

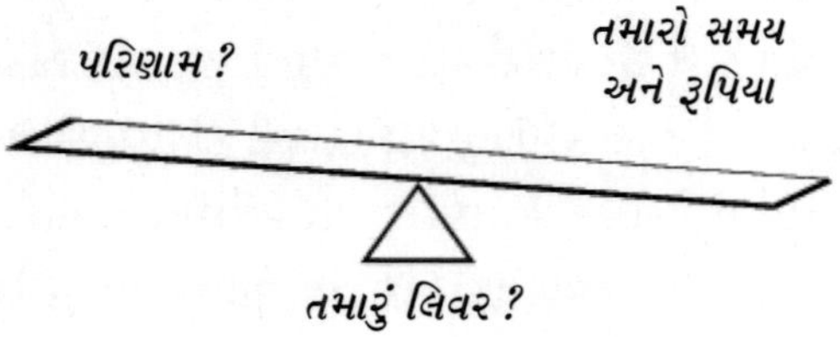

પ્રકરણ 5

રૂપિયાનું લિવરઃ પામ બીચ પાઇપલાઇન

"વિચાર," પાબ્લોએ કહ્યું,
"એ પાઈપલાઈનમાંથી વહેતા દરેક ગેલન પાણી ઉપર
આપણને અમુક પૈસા મળશે. એટલે એ પાઈપલાઈનમાંથી
જેટલું વધારે પાણી વહેશે, એટલી વધારે આવક થશે.
મેં જે પાઈપલાઈન બનાવી છે, એ કંઈ સ્વપ્નનો અંત નથી,
એ તો માત્ર આરંભ જ છે !"

- *'સફળતાની પાઈપલાઈન, જીવનની લાઈફલાઈન'માંથી.*

એવી દંતકથા છે કે ચીનના બાદશાહ શતરંજ નામની રમતના પ્રેમમાં પડી ગયા હતા. તેમણે એમ પણ નિર્ણય જાહેર કર્યો કે એ રમત શોધનારને તેઓ ઈનામ આપશે. માટે તેમણે એ શોધકને રાજદરબારમાં બોલાવ્યો અને એમ ઘોષણા કરી કે એ શોધકની ગમે તે એક ઈચ્છા પૂરી કરવામાં આવશે.

"આને હું મારું અહોભાગ્ય માનું છું, મહારાજ," રમતના શોધકે વિનમ્રતાપૂર્વક કહ્યું, "મારી ઈચ્છા છે કે આપ મને ચોખાનો એક દાણો આપો."

"માત્ર ચોખાનો એક જ દાણો ?" બાદશાહને અત્યંત આશ્ચર્ય થયું.

"શતરંજની રમતના પહેલા ચોકઠા માટે ચોખાનો એક દાણો," શોધકે કહ્યું, "પછીના ચોકઠા માટે એના બેવડા દાણા. એના પછીના ચોકઠા માટે એના પણ બેવડા દાણા. એમ દરેક ચોકઠા પછી દાણા બેવડાતા જાય અને બધાં ચોકઠાં માટે મને ચોખા મળે. મારી બસ આટલી નાનકડી ઈચ્છા છે."

બાદશાહ સાચે જ ખુશ થઈ ગયા. "મને તો આવી અદ્‌ભુત રમત એકદમ સસ્તામાં પડી," તેમણે મનોમન વિચાર્યું. "આજે સાચે જ મારા પૂર્વજોના આશીર્વાદ મને કામ લાગ્યા કહેવાય."

"મંજૂર છે !" બાદશાહે જાહેર કર્યું. "તો પછી શતરંજ બિછાવો અને બધાને આ ઘટનાના સાક્ષી બનવા દો."

આખો દરબાર શતરંજની બિછાત ફરતે ગોઠવાઈ ગયો. એક ચાકરે ચોખાની નાનકડી થેલી શોધકના હાથમાં મૂકી. શોધક તો એ થેલી ખોલતાં ખોલતાં પણ મૃદુ સ્મિત જ ફરકાવી રહ્યો હતો.

"રસોઈઘરમાં જઈને મોટો કોથળો ભરીને ચોખા લઈ આવ, એવું મારું સૂચન છે," શોધકે ચાકરને કહ્યું. બધા દરબારીઓ જાણે આ કટાક્ષ સમજ્યા હોય તેમ હસવા માંડ્યા. પછી શોધકે પહેલા ચોકઠામાં એક ચોખો મૂક્યો અને દરેક ચોકઠામાં તેને બેવડાવતો ગયો.

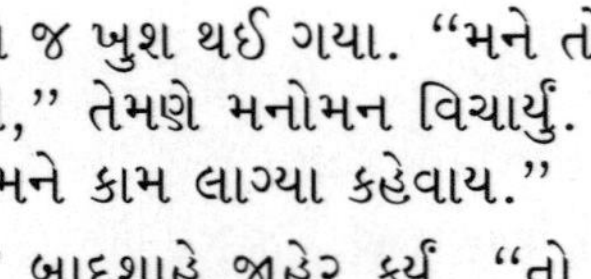

ચોકઠાની પહેલી પંક્તિ ભરાતી ગઈ તેમ તેમ જોનારા બધા પણ હસતા ગયા...1...2...4...8...16...32...64...128 દાણાથી પહેલી પંક્તિ ભરાઈ ગઈ. જોકે બીજી પંક્તિ અડધી ભરાઈ ત્યાં સુધીમાં તો ચોખાની નાની ઢગલીઓને બદલે નાના કોથળા મૂકવા પડ્યા. એ જોઈને બધાના ખિખિયાટા બંધ થઈ ગયા. પછી નાના કોથળાની જગ્યાએ બોરી થવા માંડી અને બોરીની જગ્યાએ ગાડા ભરાવા માંડ્યા.

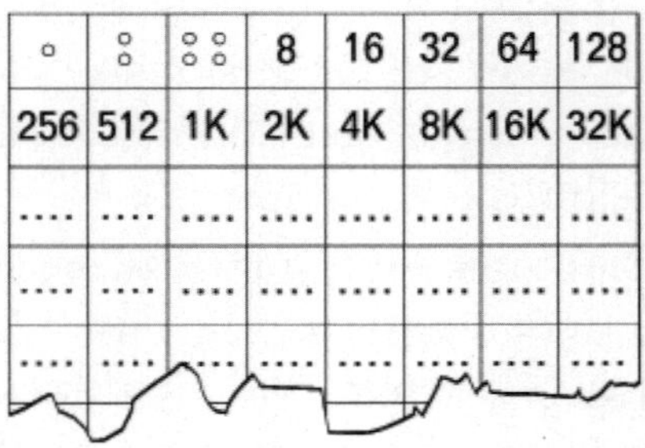

બીજી પંક્તિ પૂરી થતાં સુધીમાં તો બાદશાહને સમજાઈ ગયું હતું કે શોધકની આ વાત સ્વીકારીને તેણે બહુ મોટી ભૂલ કરી નાખી છે. બીજી પંક્તિના છેલ્લા ચોકઠામાં 32,768 ચોખા મૂકવા પડ્યા હતા *અને હજુ તો આવાં 48 ચોકઠાં બાકી હતાં !*

બાદશાહે બધું અટકાવીને ચીનના સૌથી ચતુર ગણિતશાસ્ત્રીઓને બોલાવ્યા. પોતાની સાથે લાવેલા એબેકસના મણકા ઉપર-નીચે કરીને તેઓ પાટીમાં ઉતાવળે ગણતરી કરવા માંડ્યા. બહુ બધા પ્રયત્નો પછી બધા ગણિતશાસ્ત્રીઓ સર્વાનુમતે એક નિર્ણય પર આવ્યા :

જો દરેક ચોકઠા પર ચોખાની સંખ્યા બેવડાતી જાય, તો 64 ચોકઠાના અંતે, તમામ ચોકઠામાં જે ચોખા મૂકવા પડે, *તેની સંખ્યા થાય 13,000,000,000,000 થાય. એટલે કે 1300 અબજ ચોખા ! દુનિયામાં ઉપલબ્ધ કુલ ચોખા કરતાં પણ તે સંખ્યા દસ ગણી થઈ જાય.*

એટલે બાદશાહે શોધકને એવું ઇનામ આપવાનું કહ્યું જેને કોઈ નકારી શકે નહીં. બાદશાહે શોધકને કહ્યું કે જો શોધક બાદશાહને આ ઇચ્છાપૂર્તિમાંથી મુક્ત કરે તો બાદશાહ તેને એવી જાગીર આપશે જેમાં

ચોખાના હજારો ફળદ્રુપ ખેતરો હોય. શોધકે ખુશીથી આ વાત સ્વીકારી લીધી. બધાએ શતરંજના શોધકની બુદ્ધિ અને ચાતુર્યનાં વખાણ કર્યાં. શોધકે પોતાના જીવનનાં શેષ વર્ષો અત્યંત ભવ્ય મહેલમાં આરામથી વિતાવ્યાં.

બેવડાવવાનું ગણિત એટલે દુનિયાની આઠમી અજાયબી

ચીનના બાદશાહ અને શતરંજના શોધકની આ કથામાં આપણને આંકડા બેવડાવવાના અદ્‌ભુત ગણિતનો પરિચય થાય છે. દુનિયાની પ્રથમ બેંકે જ્યારે પહેલા ધનવાન વેપારીને તેની થાપણ ઉપર વ્યાજ ચૂકવ્યું, ત્યારથી જ આ ગણિત અનુસાર બેંકો કામ કરતી આવી છે. એટલે આ ગણિત સમયની પરીક્ષા સુપેરે પસાર કરીને સિદ્ધ થઈ ચૂક્યું છે.

આ શોધક અને બાદશાહના ગણિતશાસ્ત્રીઓ બેવડાવવાના ગણિતની શક્તિ પારખનારા સંભવતઃ પ્રથમ લોકો હતા, પણ અંતિમ તો નથી જ. સદીઓ પછી આ શક્તિને પ્રખ્યાત વૈજ્ઞાનિક આલ્બર્ટ આઇન્સ્ટાઈને પણ પારખી. એ ગણિત અનુસાર જે વ્યાજ ગણાય, તેને ચક્રવૃદ્ધિ વ્યાજ કહેવાય છે અને ઘણા તેને જગતની આઠમી અજાયબી પણ કહે છે.

આજના જગતમાં સંપત્તિના સર્જન માટે આ બેવડાવાનું ગણિત પાયાના પથ્થરની ભૂમિકા ભજવે છે. હું તો તેને "પામ બીચ પાઈપલાઇન" કહું છું. ફ્લોરિડામાં એ જ નામનું એક નગર આવેલું છે, જ્યાં દુનિયાના મોટાભાગના ધનવાન લોકોએ એટલાંટિક મહાસાગરનો કાંઠો દેખાય એ રીતે પોતપોતાની જાગીરો ખરીદી રાખી છે.

પામ બીચના અત્યંત ધનાઢ્ય લોકોએ રૂપિયા માટે કામ કરવું પડતું નથી, *રૂપિયા તેમના માટે કામ કરે છે !* કેવી રીતે ? પોતાને વારસામાં મળેલ અખૂટ ધન-સંપત્તિનું તેઓ એવી પાઈપલાઇનમાં રોકાણ કરતા રહે છે કે જેથી પ્રતિ વર્ષ તેમની આવક ચાલુ જ રહે છે. એ પોતે કામ કરે કે ન કરે, પણ તેમણે બનાવેલી પાઈપલાઇનમાંથી રૂપિયા ઠલાવાતા જ રહે છે.

પામ બીચની પાઈપલાઇનમાં આ બેવડાવાનું ગણિત રહેલું છે. એનો અર્થ એ થયો કે આ ધનાઢ્ય લોકો અદ્‌ભુત રીતે જીવન માણતા રહે છે અને તેમની સંપત્તિ સતત બેવડાતી રહે છે ! આને જ કહેવાય બંને હાથમાં લાડવા હોવા.

72નો નિયમઃ ધનાઢ્યોનો નિયમ

ધનાઢ્યો કઈ રીતે વધારે ધન-સંપત્તિ સર્જતા રહે છે, તેના માટે "72નો નિયમ" સમજીએ. આ એવો અદ્ભુત નિયમ છે જેને રોકાણ કરવાના તજજ્ઞો સારી રીતે સમજતા હોય છે અને તે નિયમ તેઓ માત્ર પોતાના ધનવાન ગ્રાહકોને જ સમજાવતા હોય છે. આ "72નો નિયમ" એટલે એવું સાદું સમીકરણ જેના થકી ગણી શકાય છે કે જે તે રોકાણ કેટલા સમયમાં બમણું થશે. એ સમીકરણ કંઈક આવું હોય છેઃ

"72નો નિયમ"

1. તમારા રોકાણ પર મળતો વાર્ષિક વ્યાજનો દર નક્કી કરો.
2. 72ને આ વ્યાજના દર વડે ભાગી નાખો.
3. પરિણામમાં જે આંકડો મળે, તેટલા વર્ષમાં તમારું રોકાણ બેવડાશે.

ઉદાહરણ તરીકે, કોઈ ધનાઢ્ય પોતાના 1 લાખ ડૉલર એવા શેરમાં રોકે છે જેમાં વાર્ષિક 10%ના દરે વળતર મળે છે. હવે તેની પર "72નો નિયમ" લાગુ પાડો.

"72ના નિયમ"નું ઉદાહરણ

1. $100,000ના રોકાણ પર મળતો વ્યાજનો દર છે 10%.
2. 72 / 10
3. 7.2 વર્ષ

મતલબ કે $100,000નું રોકાણ 7.2 વર્ષમાં $200,000 થઈ જશે.

જો રોકાણ કરનાર પોતાના રોકાણ પર મળતું વ્યાજ વાપરે નહીં, તો તેના 1 લોખ ડૉલર 7.2 વર્ષમાં 2 લાખ ડૉલર થઈ જાય, 14.4 વર્ષમાં 4 લાખ ડૉલર થઈ જાય અને 21.6 વર્ષમાં 8 લાખ ડૉલર થઈ જાય અને છેવટે 28.8 વર્ષમાં એ આંકડો દસ લાખને વટાવીને 16 લાખ ડૉલર થઈ

જાય. અને એમ જ આગળ થતું રહે. તમે અહીં નોંધ્યું હશે કે જેટલો મોટો આંકડો રોકવામાં આવે, પાઈપલાઈન પણ એટલી જ મોટી બનતી જાય છે.

એટલે જે લોકોને વારસામાં કરોડો રૂપિયા મળે છે, એ લોકો રાજાશાહી જીવન જીવી શકે છે અને તેમ છતાં પોતાનાં બાળકો માટેનો વારસો તેઓ અનેકગણો વધારતા જાય છે !

આ બેવડાવાના નિયમને કારણે જ કેનેડી, ડ્યૂપોન્ડ, ફોર્ડ, રોકફેલર, અંબાણી, ટાટા, બિરલાના વારસદારો વૈભવી જીવન જીવતા હોવા છતાં તેમનો ખજાનો ક્યારેય ખાલી થતો નથી. તેમની ડોલ ક્યારેય ખાલી થતી નથી, કારણ કે તેમણે બનાવેલી પાઈપલાઈનમાંથી તેમને વર્ષો, દસકો અને સદીઓ સુધી આવક થતી જ રહે છે.

બાળકો અને રૂપિયા

સદ્‌ભાગ્યે, રૂપિયાનો લિવર તરીકે ઉપયોગ કરીને જે પાઈપલાઈન બનાવવામાં આવે છે, તે માત્ર ધનવાન લોકો માટે જ નથી. સામાન્ય માણસ પણ આ બેવડાવાના નિયમનો લાભ લઈ શકે છે. આગળ આપણે માર્ગરેટ ઓ'ડોનેલનું જે ઉદાહરણ જોયું, તેમાં આ નિયમ જ લાગુ પડતો હતો. એકદમ સામાન્ય પગાર ધરાવતી સાધારણ શિક્ષિકાએ પોતાની આવકનો અમુક હિસ્સો શેરબજારમાં રોકીને લાખો ડૉલર ભેગા કર્યા.

સામાન્ય લોકો કઈ રીતે રૂપિયાનો લિવર તરીકે ઉપયોગ કરીને આવી લાંબા ગાળાની પાઈપલાઈન નાખી શકે ?

એનો જવાબ આપવા માટે આપણે વાત કરીએ માઈકલ જે. સિઅલ્સ નામના લેખકના અદ્‌ભુત પુસ્તક *'કિડ્સ ઍન્ડ મની'*ની. આમ તો એ પુસ્તકને 'પીપલ ઍન્ડ મની' નામ પણ આપી શકાય, કારણ કે તેમાં જે સિદ્ધાંતોની વાત કરવામાં આવી છે, તે નાના-મોટા સૌને એકસરખા જ લાગુ પડે છે.

માઈકલ પોતે અમેરિકાના શેરબજારના પાવર બ્રોકર હતા અને તેમને ચાર સંતાનો પણ છે. બાળકોને રૂપિયાની સાચી સમજણ આપવા માટે તેઓ એક સરળ પદ્ધતિ સૂચવે છે.

તે સૂચવે છે કે મા-બાપે ત્રણ પ્લાસ્ટિકના ડબા લઈને તેની પર આ મુજબની ચિઠ્ઠીઓ ચોંટાડવીઃ "ખર્ચ અને દાન", "બચત" અને "રોકાણ". જ્યારે બાળકોને દર અઠવાડિયે વાપરવા માટે રૂપિયા આપવામાં આવે, ત્યારે તેના ત્રણ સરખા ભાગ કરીને એ ડબામાં મૂકી દેવાના.

બાળકો અને રૂપિયા

ખર્ચ અને દાન ***બચત*** ***રોકાણ***

"ખર્ચ અને દાન"વાળા ડબામાંથી બાળકો પોતાના ચોકલેટ-બિસ્કિટ, રમકડાં જેવા નાના-મોટા ખર્ચા કરે. એમાંથી તેઓ સારા કામ માટે દાન પણ આપી શકે છે.

"બચત"વાળી બરણીમાં ભેગા થતા રૂપિયા મેચની ટિકિટ, સાઈકલ, મ્યુઝિક પ્લેયર, પ્રવાસ જેવા મોટા ખર્ચ માટે ભેગા કરવાના અને યોગ્ય સમયે તેમાંથી યોગ્ય ખરીદી કરવાની.

"રોકાણ"વાળો ડબો પહેલા બે ડબાથી અલગ પડે છે, કારણ કે આ રૂપિયા વાપરવા માટે નથી. લેખક એમ પણ કહે છે કે આ "રોકાણ"વાળો ડબો "...સૌથી મહત્ત્વનો છે, કારણ કે જો આપણે મુશ્કેલીના સમય માટે કશું પણ બાજુમાં કાઢીશું નહીં, તો ક્યારેક ને ક્યારેક તો આપણા ઉપર દેવું થશે જ."

જે લોકોએ લાંબા ગાળાની પાઈપલાઈન નાખવી છે, તેમણે પણ પોતાના રૂપિયા આ પદ્ધતિ અનુસાર જ વાપરવા જોઈએ. જોકે તેમણે એ માટે ડબા નહીં, પરંતુ બેંક અને ડિમેટ અકાઉન્ટ જેવી પદ્ધતિ વાપરવી પડે.

વયસ્કો અને રૂપિયા

ખર્ચ અને દાન
(માસિક ખર્ચ)
- કારના હપતા
- ઘરખર્ચ
- આનંદ-પ્રમોદ
- વગેર

બચત
(મોટા ખર્ચા)
- ફરવા જવું
- બાળકોનું શિક્ષણ
- ઘર લેવું
- વગેરે

રોકાણ
(પાઈપલાઈન)
- શેરબજાર
- એફ.ડી.
- મિલકતો વસાવવી
- વગેરે

ખર્ચ પહેલાં રોકાણ

ધનાઢ્યોની જેમ રૂપિયાનો લિવર તરીકે ઉપયોગ કરવા માટે દર મહિને થતી આવકમાંથી ખર્ચ પહેલાં રોકાણ કરો કે જેથી એ રૂપિયા બેવડાતા જ જાય.

સામાન્ય માણસ માટે પાઈપલાઈન નાખવાનો સૌથી ઉત્તમ રસ્તો એ જ છે કે પોતાના માસિક પગારમાંથી તેઓ સૌ પ્રથમ રોકાણ કરે અને પછી જ ખર્ચા કરે.

લાંબા ગાળાની પાઈપલાઈન નાખવી

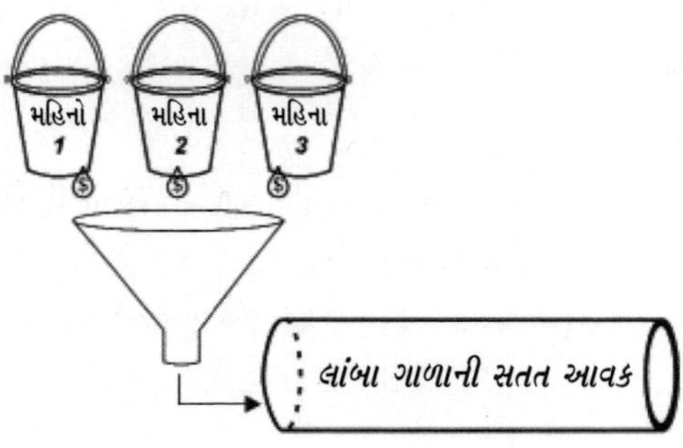

સામાન્ય માણસ કઈ રીતે કરોડોપતિ બની શકે ?

ધનાઢ્ય માતા-પિતા પસંદ કરવાં આપણા હાથની વાત નથી. એવું હોત, તો આપણે "ખર્ચ પહેલા રોકાણ" અને પગારમાંથી કપાતા ટૅક્સની ચિંતા કરવી પડત નહીં.

જોકે આપણા દેશના, અથવા અન્ય કોઈ પણ દેશના, કરોડોપતિઓને એ સંપત્તિ વારસામાં મળી નહોતી. દર 5 માંથી 4 કરોડપતિને વારસામાં 10 હજાર ડૉલરથી વધારે મળ્યા નથી એ હકીકત છે. પરંતુ તેમણે ધનાઢ્યો જેવી રોકાણની પદ્ધતિ અપનાવી હતી, એ પણ હકીકત છે.

ટૂંકમાં, પોતાની મહેનતથી જે લોકો કરોડોપતિ બન્યા તેમણે પોતાના રૂપિયાનો લિવર તરીકે ઉપયોગ કરીને પામ બીચ પાઈપલાઈન નાખી છે ! કેવી રીતે ? ત્રણ ડબાવાળી પદ્ધતિનો ઉપયોગ કરીને જ. પોતે રળતા દરેક રૂપિયાને વાપરી નાખવાને બદલે તેમણે પોતાની આવકના મોટા હિસ્સાનું રોકાણ કરતા રહ્યા અને એ રોકાણ સમયાંતરે બેવડાતું ગયું.

એમ જોવા મળે છે કે આવા કરોડપતિઓ, પોતાની કુલ આવકનો 15થી 20 ટકા હિસ્સો યોગ્ય રીતે નિયમિત આવક ઊભી કરી આપતી પાઈપલાઈનોમાં રોકે છે. આવી પાઈપલાઈનો એટલે શેર, બોન્ડ, નાના-નાના ધંધાઓ, ભાડાની આવક, મિલકતો, પેન્શન ફંડ વગેરે.

એ જ કારણ છે કે મોટોભાગના કરોડપતિઓ 50 કે 60 વર્ષ વટાવ્યા પછી જ કરોડપતિ બનતા હોય છે. તમારાં રોકાણો બેવડાતાં ખરેખર ઘણો સમય લાગતો હોય છે. જો 10 હજાર રૂપિયાને 10%ના દરે રોકવામાં આવ્યા હોય તો તેના 20 હજાર થતાં સાત વર્ષ લાગી જશે પરંતુ 50 વર્ષમાં એ સાત વાર બેવડાશે અને તેના લગભગ 13 લાખ રૂપિયા થશે.

ચક્રવૃદ્ધિ વ્યાજ

રૂ. 10,000 @ 10% લેખે

વર્ષ	1	7	14	21	28	35	42	49
હજાર	10	20	40	80	160	320	640	1280

લિવર માટે રૂપિયા નથી તો શું કરવું ?

રૂપિયા ન હોય, તો પણ કરોડપતિ બની શકાતું હોત, તો કેવું સારું ?

એ તો બની જ શકાય છે. એના માટે તમારે લોટરી જીતવાની પણ જરૂરત નથી.

પહેલાં બહુ ઓછા લોકો કરોડોપતિ બની શકતા હતા. તમારે અમુક કુટુંબોમાં જ જન્મ લેવો પડતો અને અમુક શાળા-કૉલેજોમાં જ ભણવું પડતું.

હવે એવું રહ્યું નથી. આજે સામાન્ય લોકો પણ કરોડોપતિ બની શકે છે. એમાં માત્ર આવશ્યકતા છે પોતાની આવકમાંથી શિસ્તબદ્ધ રીતે માસિક રોકાણ કરતા રહેવાની અને તેને વર્ષો સુધી બેવડાવતા રહેવાની.

જોકે, દરેક માણસમાં પોતાની નિવૃત્તિની પાઇપલાઇન નાખવા માટે જોઈતા 40થી 50 વર્ષ જેટલી ધીરજ ન પણ હોય. અને દરેક પાસે રાતોરાત પામ બીચ પાઇપલાઇન નાખવા જેટલા રૂપિયા પણ ન હોય.

જો કોઈ એવી પાઇપલાઇન હોય કે જેમાં માત્ર 5 જ વર્ષ રોકાણ કરીને સરેરાશ માણસ એક કાયમી આવક ઊભી કરી શકે તેમ હોય, અને તેમાં બહુ મોટા રોકાણની પણ આવશ્યકતા ન હોય, તો કેવું ?

એવી વ્યવસ્થા પણ છે અને આવી વ્યવસ્થા અનુસાર પાઇપલાઇન નાખવા માટે વધારે રોકાણની પણ જરૂરત નથી. તેમાં તમારે લિવર તરીકે રૂપિયાનો નહીં *પરંતુ તમારા સમયનો ઉપયોગ કરવાનો છે !*

પ્રકરણ 6

સમયનું લિવર:
સામાન્ય લોકોની પાઇપલાઇન

જ્યારે બ્રુનો દરરોજ સાંજે અને શનિ-રવિમાં હીંચકા પર આરામ ફરમાવતો, ત્યારે પાબ્લો તો પાઇપલાઇન માટે ખોદકામ જ કરે રાખતો. શરૂઆતના થોડાક મહિના તો પાબ્લો જે કામ કરતો તેનાં ખાસ ફળ પણ દેખાતાં નહોતાં. કામ બહુ જ મહેનત માંગી લે તેવું હતું. તેને બ્રુનોથી પણ વધારે મહેનત કરવી પડતી હતી, કારણ કે તે સાંજે અને શનિ-રવિ પણ કામ કરતો હતો.

પરંતુ પાબ્લો પોતાની જાતને વારંવાર એક વાત યાદ અપાવે રાખતો કે આવતીકાલનાં સપનાં આજના બલિદાનના જોરે જ પૂરાં થાય છે. દરરોજ તે થોડું થોડું ખોદકામ કરે જ રાખતો.

- *'સફળતાની પાઇપલાઇન, જીવનની લાઇફલાઇન'માંથી.*

રૂપિયાનો લિવર તરીકે ઉપયોગ કરવામાં અને સમયનો લિવર તરીકે ઉપયોગ કરવામાં જે મૂળભૂત તફાવત છે, તેને ઉત્તર અમેરિકાની એક કહેવત સારી રીતે સમજાવી શકે છે:

તાડના ઊંચા ઝાડની ટોચે પહોંચવાના બે રસ્તા છે. તમે તેના બીજને વાવી, તેની પર બેસીને રાહ જોઈ શકો છો અથવા સીધા જ તાડના ઝાડ પર ચડવા મથી શકો છો.

કોઈ પણ માણસ જ્યારે દસકો સુધી રૂપિયાનું રોકાણ કરીને પોતાની પાઈપલાઈન નાખવાનો પ્રયત્ન કરે છે, ત્યારે એ તાડના બીજને વાવી અને તેની પર બેસીને રાહ જોવાનો વિકલ્પ સ્વીકારે છે. આને હું "50-વર્ષીય પાઈપલાઈન યોજના" કહું છું. ચક્રવૃદ્ધિ વ્યાજ જેવો ફાયદો ત્યારે જ મળી શકે છે, જ્યારે તમે ધીરજપૂર્વક તમારું રોકાણ બેવડાતું જોઈ શકો.

આ 50-વર્ષીય પાઈપલાઈનની યોજના સફળ થાય જ છે, એ ચોક્કસ. એટલે જ તો ઓછા પગારવાળી શિક્ષિકા માર્ગરેટ ઓ'ડોનેલ કરોડોપતિ બની શકી !

હું પણ માર્ગરેટની જેમ જ લાંબા સમયની પાઈપલાઈન નાખવાની જ તરફેણમાં છું. વર્ષોથી હું મારી આવકનો અમુક હિસ્સો પેન્શન ફંડ, શેરબજાર, એફ.ડી. અને રિઅલ એસ્ટેટ જેવામાં રોકીને મારી "પામ બીચ પાઈપલાઈન" જ તૈયાર કરી રહ્યો છું. તમારા રોકાણમાં વૈવિધ્ય હોવું પણ આવશ્યક છે. તો જ સફળતાની પાઈપલાઈન જીવનની લાઈફલાઈન બની શકે છે.

50-વર્ષીય પાઈપલાઈન યોજના

- **બચત યોજનાઓ**
- **પેન્શન ફંડ**
- **શેરબજાર**
- **પોતાનું ઘર**
- **એફ.ડી.**
- **ટૅક્સ સેવર ફંડ**
- **બોન્ડ**
- **અન્ય મિલકતો**

જોકે તાડના ઝાડ પર ચડવામાં પણ હું એટલો જ વિશ્વાસ ધરાવું છું.

તાડના ઝાડ પર ચડવાના કામને હું "પંચવર્ષીય પાઈપલાઈન યોજના" કહું છું. 50-વર્ષીય પાઈપલાઈન યોજનાનું જે લક્ષ્ય છે, તે જ લક્ષ્ય આ પંચવર્ષીય પાઈપલાઈન યોજનાનું પણ છે. એ લક્ષ્ય છે આર્થિક સ્વાતંત્ર્ય અને સલામતી. પરંતુ આ પંચવર્ષીય યોજનામાં સમય 50-વર્ષીય યોજના કરતાં દસમા ભાગનો જ લાગે છે.

એટલે જ મેં ઝડપથી વિકસતા જતા ધંધાઓ વિકસાવવા સમય, સંપત્તિ અને મહેનત કામે લગાડી છે. 50 વર્ષ રાહ જોઈને તાડના ઝાડની ટોચે પહોંચવાને બદલે, હું એવો ધંધો પણ વિકસાવી શકું કે જે મને ત્યાં બેથી પાંચ વર્ષમાં પહોંચાડી શકે છે.

પંચવર્ષીય પાઈપલાઈન આયોજન

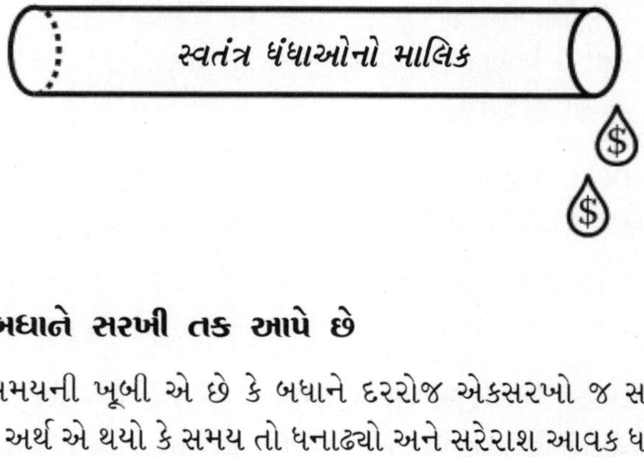

સમય બધાને સરખી તક આપે છે

સમયની ખૂબી એ છે કે બધાને દરરોજ એકસરખો જ સમય મળે છે. તેનો અર્થ એ થયો કે સમય તો ધનાઢ્યો અને સરેરાશ આવક ધરાવનારા લોકોને એકસમાન તક જ આપે છે. ડોનાલ્ડ ટ્રમ્પ હોય કે ડોનાલ્ડ ડમ્પ ટ્રકનો ડ્રાઈવર, બધાને રોજ ચોવીસ કલાક જ મળે છે.

એટલે જ હું સમયનો લિવર તરીકે ઉપયોગ કરીને જે પાઈપલાઈન નંખાય છે, તેને "લોકોની પાઈપલાઈન" કહું છું. ધનવાન હોય કે ગરીબ, સ્ત્રી હોય કે પુરુષ, શ્યામ હોય કે શ્વેત, પીએચડી કરનાર હોય કે નિરક્ષર,

યુવાન હોય કે વૃદ્ધ, એક દિવસમાં બધાને ચોવીસ કલાક જ મળે છે. રૂપિયાનું તંત્ર આવું નથી હોતું, હોય છે?

આ જ વસ્તુ બીજી રીતે વિચારો. માની લો કે દરરોજ સવારે દુનિયાના તમામ લોકોના ખાતામાં 1440 રૂપિયા જમા થઈ જાય છે. એ રૂપિયા માત્ર તમારા જ છે અને તેનું શું કરવું એનો નિર્ણય માત્ર તમે જ કરી શકો એમ છો. તમે એને વાપરી શકો છો, રોકાણ કરી શકો છો, બાળી શકો છો, ઉડાડી શકો છો, દાનમાં આપી શકો છો, વેડફી શકો છો કે લિવર તરીકે વાપરી પણ શકો છો. બીજે દિવસે સવારે તમારા ખાતામાં બીજા 1440 રૂપિયા જમા થઈ જ જવાના છે, એ પણ તમે જાણો જ છો. જો આવું થતું હોય, તો એ બધા માટે યોગ્ય કહેવાય, ખરું ને?

પરંતુ આપણે બધા જ જાણીએ છીએ કે આમ બનતું નથી. રૂપિયાની બાબતમાં બધા ક્યારેય સરખા બન્યા નથી. કેટલાક લોકો મોઢામાં ચાંદીની ચમચી લઈને જન્મતા હોય છે અને કેટલાક પ્લાસ્ટિકની. જ્યારે અમુક પાસે તો પોતાના અંગૂઠા સિવાય કશું જ હોતું નથી. આ યોગ્ય છે? કદાચ નથી. એ જ તો જીવન છે.

આપણા બધાના ખાતામાં દરરોજ 1440 રૂપિયા જમા નથી થઈ જતા. પણ સમયની વાત કરીએ, તો એ રૂપિયાથી અલગ છે. દરરોજ *સવારે આપણા બધાના ખાતામાં 1440 મિનિટ (24 કલાક X 60 મિનિટ) તો અવશ્ય જમા થઈ જાય છે.*

આપણને બધાને સરખો જ સમય મળ્યો છે. જોકે કોણ આ સમય કેવી રીતે વાપરે છે, તેના આધારે જ નક્કી થઈ શકે છે કે તે આખું જીવન ડોલ જ ઊંચકતો રહેશે કે સતત આવક રળતી પાઈપલાઈન પણ નાખી શકશે.

અંગત સમય ખાતું

DATE: ______ TO: *દરેક દિવસ* FOR: ______	**Checking Account** DATE ______ Pay to: 1,440 *મિનિટ પ્રતિ દિવસ* $ ______

તમે માનો છો તેનાથી વધુ સમય છે તમારી પાસે

અમુક લોકો પોતાની પાઈપલાઈન નાંખવાનું સાહસ કરતા નથી કારણ કે "અત્યારે મારો સમય સારો નથી ચાલી રહ્યો" એમ તેઓ માનતા હોય છે. તમને જાણીને આશ્ચર્ય થશે કે અત્યારે કોઈનો સારો સમય ચાલી નથી રહ્યો ! આપણે બધા સતત તણાવમાં અને વ્યસ્ત રહીએ છીએ. આ આગ બુઝાવો ને પેલો ખાડો પૂરો. એક સાંધતા તેર તૂટતા જ હોય છે. આવી પરિસ્થિતિને એક જ શબ્દમાં વર્ણવી શકાય :

જીવન !

અમુક લોકો કંઈક કરવા માટે યોગ્ય સમયની રાહ જોવામાં જ જીવન વેડફી નાખે છે. અને એ લોકો રાહ જોતાં જોતાં જ મૃત્યુ પણ પામે છે, કારણ કે યોગ્ય સમય જેવું કશું જ હોતું નથી. જો કોઈ તમને એમ કહે કે તમારે એક વર્ષ સુધી ખૂણામાં બેસીને ભરત-ગૂંથણ કરવાનું છે અને એના બદલામાં એ તમને દસ લાખ ડૉલર આપશે. તો તમને ભરત-ગૂંથણ માટે દરરોજ બે કલાક મળી રહેશે કે નહીં ?

તમારી ગાડી ખોટવાઈ જાય કે રમતાં રમતાં તમારા છોકરાના હાથનું હાડકું ભાંગી જાય, તમને કશું જ રોકી શકશે નહીં. દસ લાખ ડૉલર માટે તમે યોગ્ય સમયની પ્રતીક્ષા કરવા નહીં બેસો. આર્ટ બકવાલ્ડે બહુ સુંદર રીતે આ વાત કહી છે : *"સારો હોય કે ખરાબ હોય, આપણને જે સમય મળ્યો છે, તે માત્ર આ જ છે."*

જોકે દુર્ભાગ્યની વાત એ છે કે મોટાભાગના લોકો સમયની દરકાર કરતા જ નથી, ખાસ કરીને સમયના નાના-નાના વેડફાટની. આપણને સમયને દિવસ, અઠવાડિયાં, મહિના અને વર્ષમાં જ માપવાની આદત છે.

આપણે મિનિટો અને કલાકોનો હિસાબ રાખતા જ નથી. આપણે સોમથી શુક્ર 9 થી 5 કામ કરીએ છીએ અને આપણા જીવનનું આયોજન મહિના અનુસાર જ કરીએ છીએ. આપણા જન્મદિવસ અને એનિવર્સરી પણ આપણે વર્ષે એક જ વાર ઊજવીએ છીએ.

જોકે સમય બાબતમાં સૌથી મજાની વસ્તુ એ છે કે અમુક મિનિટો અહીંથી અને અમુક મિનિટો ત્યાંથી ભેગી કરવામાં આવે, તો પણ ઘણો સમય મળી રહેતો હોય છે ! ઉદાહરણ તરીકે, તમે ક્યારેય વિચાર્યું છે કે એક માણસ પોતાના જીવનમાં ખાવા પાછળ સરેરાશ કેટલો સમય ખર્ચે છે ? તમે શું ધારો છો ? બે વર્ષ ? જવાબ છે : છ વર્ષ ! કેટલું આશ્ચર્યજનક છે, નહીં ? આ રહી યાદી આવાં બીજાં નાનાં-નાનાં કામની જે જીવનનો ઘણો મોટો હિસ્સો પડાવી જતી હોય છે :

જીવન દરમિયાન નાનાં-નાનાં કામ પાછળ ખર્ચાતો સમય

6 વર્ષ	જમવામાં
5 વર્ષ	લાઈનમાં ઊભા રહીને રાહ જોવામાં
4 વર્ષ	ઘરની સાફ-સફાઈમાં
3 વર્ષ	ખાવાનું બનાવવામાં
2 વર્ષ	ફોન પર વાત કરવામાં
1 વર્ષ	ખોવાયેલી વસ્તુઓ શોધવામાં
8 મહિના	નકામા પત્રો ખોલવામાં
6 મહિના	સિગ્નલ બંધ હોય, ત્યારે રાહ જોવામાં

આ બધાંનો સરવાળો કરીએ, તો આપણા જીવનનાં 22 જેટલાં વર્ષ તો આમાં જ વપરાઈ જતાં હોય છે ! એટલે જ કહું છું કે અહીંયાં વપરાયેલી 15 મિનિટ, ત્યાં વપરાયેલો અડધો કલાક અને ગમે ત્યાં વેડફાયેલા 2 કલાક આપણા જીવનનો ઘણો મોટો હિસ્સો પડાવી જતા હોય છે.

અમુક કલાકોનો સરવાળો અમુક મહિના થઈ જતો હોય છે

હવે એક વાર એમ વિચાર કરી જુઓ કે જો દરરોજ સાંજના 2 કલાક અને શનિ-રવિની રજાનો આપણે સદ્ઉપયોગ કરીએ, જેમ કે પાઈપલાઈન નાખવી, તો આપણે કેટલું પામી શકીએ તેમ છીએ. તમે દરરોજ બે કલાક ફાળવો, એક કલાક સવારે કામ પહેલાં અને એક કલાક સાંજે કામ પછી. એ ઉપરાંત શનિ-રવિમાં ત્રણ-ત્રણ કલાક ફાળવો. તો એક અઠવાડિયામાં તમે 16 કલાક કાઢી શકશો.

જો વર્ષનાં 50 અઠવાડિયાં તમે આવી રીતે 16 કલાક ફાળવો, તો આખા વર્ષમાં વધારાના 800 કલાક થાય. જો 8 કલાકની નોકરી ગણીએ, તો 100 વધારાના દિવસ તમે કામ કર્યું એમ કહી શકાય. એક વર્ષમાં ત્રણ મહિના અને દસ દિવસ વધારે કામ કર્યું એમ પણ કહી શકાય. સામા પક્ષે તમારે કરવાનું શું હતું ? દિવસના માત્ર બે કલાક જ ફાળવવાના હતા અને તેના કારણે તમારું કામ ત્રણ મહિના જેટલું વધી ગયું. અદ્ભુત છે, નહીં ?

ફાજલ સમયનો સદ્ઉપયોગ

(2 કલાક/દિવસ) × (5 દિવસ) = 10 કલાક/સપ્તાહ
(3 કલાક/શનિ-રવિ) = 6 કલાક/સપ્તાહ

કુલ ફાજલ સમયનો સદ્ઉપયોગ : 16 કલાક/સપ્તાહ

સમય સાચું ધન

હવે હું તમારી સમક્ષ એક નાનકડું રહસ્ય ખોલીશ. નવરાશના સમયનો સદ્ઉપયોગ કરવાની કલાને લીધે જ સફળ લોકો વધારે કામ કરી શકે છે, વધારે પામી શકે છે અને વધારે સિદ્ધ કરી શકે છે ! શું તમને લાગે છે કે બિલ ગેટ્સ દરરોજ સાંજે 5 વાગે ઘરે આવીને એક સરેરાશ અમેરિકન પુરુષની જેમ 7 કલાક ટીવી જોતા હશે ?

મને તો નથી લાગતું.

*'વોલ સ્ટ્રીટ જર્નલ'*માં તાજેતરમાં પ્રસિદ્ધ થયેલા એક લેખ અનુસાર, અમેરિકામાં સૌથી વધુ કમાણી કરતા 10% લોકો અઠવાડિયાના સરેરાશ 52 કલાક કામ કરે છે. સામા પક્ષે, સૌથી ઓછી કમાણી કરતા 10% લોકો અઠવાડિયાના સરેરાશ 45 કલાક કામ કરે છે.

ટોચના 10% લોકો માત્ર વધારે સમય કામ કરે છે એવું નથી, *તેઓ વધારે ચતુરાઈથી પણ કામ કરે છે.* બીજા શબ્દોમાં કહીએ તો એ લોકો સમય ખર્ચીને રૂપિયા કમાતા નથી. તમને કોઈ કરિયાણાની દુકાનમાં કાઉન્ટર પાછળ કામ કરતો સચિન તેંડુલકર દેખાશે નહીં. કોઈપણ ક્ષેત્રના સફળ લોકો પોતાના સમયનું મૂલ્ય સારી રીતે સમજે છે અને એ સમયને લિવર તરીકે વાપરવાની કોઈ પણ તક તેઓ છોડતા નથી !

વેડફશો નહીં, તો ખૂટશે નહીં

ઘણી વાર લોકો મને એમ પૂછતા હોય છે કે તેમનું જીવન સારી રીતે ચાલી રહ્યું છે, તો આવી રીતે સમય કાઢીને તેમણે શા માટે પાઈપલાઈન નાખવી જોઈએ. આખો દિવસ કામ કરીને થાક્યા-પાક્યા ઘરે આવ્યા પછી તેમને આરામ કરવાનો અને આનંદ-પ્રમોદનો પૂરો અધિકાર છે. એટલે એ લોકો આરામથી સોફા પર સૂતાં-સૂતાં સૂવાના સમય સુધી ટીવી જુવે છે.

"જીવનમાં મજા છે," એ લોકો મને કહેતા હોય છે. "નોકરી સારી છે. બેંકમાં થોડીક બચત પણ છે. છોકરાઓ સ્કૂલમાં બરોબર ભણે છે. તો શાંત પાણીમાં પથરો નાખવાની કોઈ જરૂરત નથી."

ત્યારે એ બધાને હું હંમેશાં એમ જ કહેતો હોઉં છું કે બધું જ સારું ચાલતું હોય, એ સમય જ પાઈપલાઈન નાખવાનો શ્રેષ્ઠ સમય છે. કેમ? કારણ કે જ્યારે આગ લાગે, ત્યારે કૂવો ખોદવાનો સમય રહેતો નથી હોતો.

પછી હું તેમને આ જૂની રમૂજી વાત પણ કહેતો હોઉં છું. એક ભાઈ મેનહટનની એક મોંઘી હોટલના 30મા માળે ઊતર્યા હોય છે.

બહારનું દૃશ્ય માણવા માટે તેઓ પડદા હટાવીને બારી ખોલી નાખે છે. એ બારીમાંથી પોતાનું ડોકું બહાર કાઢે છે કે તેમને ઉપરથી નીચે પડતો એક માણસ દેખાય છે. તેમને અત્યંત આશ્ચર્ય થાય છે.

જેવો એ માણસ તેમની પાસેથી પસાર થાય છે, તેઓ તરત જ તેને પૂછે છે, "કેમ છે, ભાઈ?"

"અત્યાર સુધી તો મજામાં છું," પેલો માણસ જવાબ આપે છે.

મૂળ વાત એમ છે કે લાખો ડોલ ઊંચકનારા લોકો 'અત્યાર સુધી તો મજામાં' જ છે. પણ તેઓ આ પરિસ્થિતિમાં કાયમ માટે તો રહેવાના નથી. જ્યાં સુધી સમય ખર્ચીને આવક ઊભી કરવાની છે, ત્યાં સુધી કોઈના જીવનમાં સલામતી આવતી નથી. કેમ ? કારણ કે જ્યારે માંદગી, અકસ્માત, મંદી જેવાં કારણોસર તેઓ પોતાનો સમય આપી શકતા નથી ત્યારે તેમની આવક બંધ થઈ જાય છે.

એટલે ડોલ ઊંચકનારાના જીવનમાં ક્યારેય સલામતી આવતી નથી.

આર્થિક સલામતી

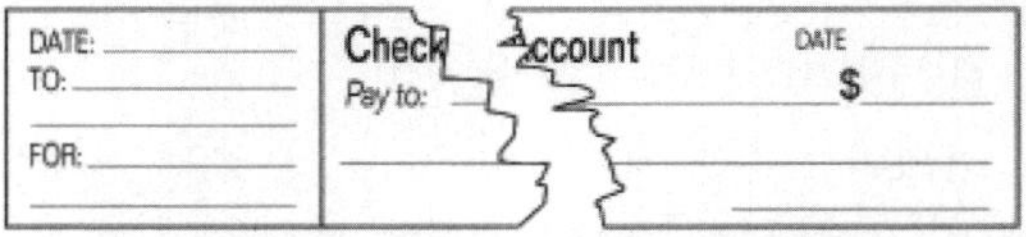

પગાર નહીં = સલામતી નહીં

કીડી અને તીતીઘોડાની બોધકથા

અત્યારે ઉપભોક્તાઓનો આત્મવિશ્વાસ ખૂબ વધી ગયો છે. બેકારીનું પ્રમાણ પણ ઘટ્યું છે. આવક વધી છે. ઘરનું વેચાણ પણ ક્યારેય ન વધ્યું હોય, તેટલું વધ્યું છે. ગાડીઓનું વેચાણ પણ વધ્યું છે. ઘણા બધા લોકો અત્યાર સુધી તો શાંતિથી જીવી રહ્યા છે.

પણ આ "અત્યાર સુધી"ને કાયમી માની લેવાની ભૂલ ન કરવી જોઈએ. બધા જાણે જ છે કે જીવનચક્ર તો ગોળ-ગોળ ફરતું જ રહે છે.

અર્થતંત્રનું પણ એવું જ છે. અત્યારે અર્થતંત્ર શિખર પર છે. એટલે તમારી અંગત આવક અને જીવનશૈલી પણ શિખર પર જ હશે.

પરંતુ જે ઉપર જાય છે, તેણે નીચે તો આવવું જ પડે છે. અને નીચે આવતી વખતે તો અમુક લોકો ભયંકર પછડાટ ખાતાં હોય છે : નોકરી છૂટી જવી, કારકિર્દીની દિશા જ બદલાઈ જવી, ક્રેડિટ કાર્ડનું દેવું વધી જવું, હૉસ્પિટલવાળી આફત આવી પડવી કે માતા-પિતાના સ્વાસ્થ્યની જાળવણીનો ખર્ચો વધી જવો વગેરે.

ચતુર લોકો સમજે જ છે કે જ્યારે વેપાર-ધંધામાં તેજી હોય ત્યારે જ મુશ્કેલ દિવસોની તૈયારી શરૂ કરી દેવી જોઈએ. એટલે મંદી આવે એ પહેલાં જ એ લોકો સલામતીનાં પગલાં ભરવા માંડે છે, મંદી દરમિયાન નહીં ! એટલે જ હું લોકોને સલાહ આપતો હોઉં છું કે તમારે પાઈપલાઈન નાંખવી હોય, તો અત્યારે જ શ્રેષ્ઠ સમય છે. અર્થતંત્રમાં મંદી હોય, ત્યારે એમ કરવું યોગ્ય નહીં ગણાય.

પેલી કીડી અને તીતીઘોડાની વાર્તા યાદ છે? કીડી પાઈપલાઈન નાખનારો જીવ હતી. એટલે ઉનાળામાં જ તેણે થોડો સમય વધારે મહેનત કરીને આવનારા શિયાળા માટે અનાજ ભેગું કરવા માંડ્યું હતું. તેણે ઉનાળાનો આનંદ અવશ્ય માણ્યો પરંતુ થોડોક સમય કાઢીને શિયાળા માટે પાઈપલાઈન નાંખવાની સમજ તેનામાં હતી.

પેલો તીતીઘોડો ડોલ ઊંચકનારો હતો. તેને જે મળતું એ બધું જ એ વાપરી ખાતો હતો અને ઉનાળાની મજા માણવામાં જ બાકીનો સમય બરબાદ કરતો હતો. આવનારા શિયાળાની તેને પરવા જ નહોતી. એટલે જ્યારે શિયાળો આવ્યો ત્યારે તેની પાસે કોઈ પાઈપલાઈન હતી નહીં. એટલે જ તેણે ભૂખમરો વેઠવો પડ્યો.

અત્યારે પાઇપલાઇન નાખો કે પછી !

તમે અત્યારે પાઈપલાઈન નાખો કે પછી, તમારે જે મહેનત કરવાની છે, એ તો કરવાની જ છે. તમે અત્યારથી પાઈપલાઈન નાખવાનું શરૂ કરશો, તો તમારે દરરોજ થોડાક સમયનો અને રૂપિયાનો ભોગ આપવો પડશે. જો તમે પાઈપલાઈન નાખવા માટે યોગ્ય સમયની રાહ જોતા રહેશો, તો ભવિષ્યમાં તમારે વધારે રૂપિયા અને સમય એકસાથે ખર્ચવા પડશે.

કદાચ તમારી ઉંમર 60 કે 70 થઈ ગઈ હશે, તો તમારે સરકારી સહાય પર જ નભવું પડશે.

માત્ર એટલું જ વિચારો કે જો તમે અત્યારથી પાઈપલાઈન નાખી દેશો, તો ભવિષ્યમાં તમારે ખર્ચ નહીં કરવો પડે. ઊલટાની એમાંથી તમારી આવક થવા માંડશે.

કેવો અદ્‌ભુત વિચાર છે, નહીં?

અત્યારે પાઈપલાઈન નાખો *ભવિષ્યમાં પાઈપલાઈન નાખો*

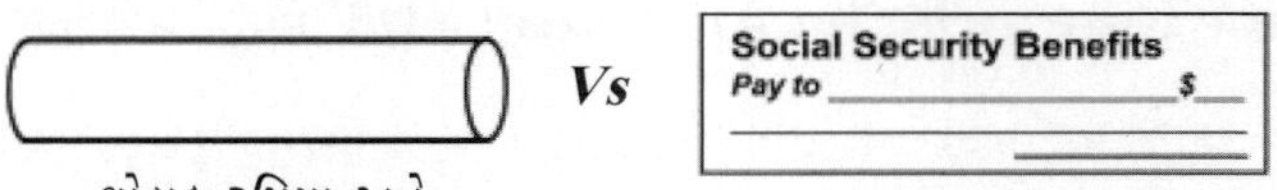

થોડાક રૂપિયા અને સમયનું રોકાણ *સરકારી સહાય પર જિવાતું જીવન*

સમયનું લિવર : સામાન્ય લોકોની પાઇપલાઇન

યાદ રાખો, સમય બધાને એકસરખો જ મળે છે!

જો લિવર તરીકે રૂપિયા વાપરવા હોય, તો તે બધાને એકસરખા મળતા નથી.

પરંતુ સમય બધાને એકસરખો જ મળે છે!

તમારા આરામના સમયમાંથી થોડાક સમયનો ચતુરાઈપૂર્વક ઉપયોગ કરીને તમે એવી પાઈપલાઈન નાખી શકો છો, જે વર્ષો સુધી તમારા માટે કમાતી રહેશે.

આપણે બધા એટલા નસીબદાર છીએ કે આપણે એવા સમયમાં જીવી રહ્યા છીએ જેમાં કોઈ પણ માણસ પોતાના સમયનો ઉપયોગ પાઈપલાઈન નાખવા માટે કરી શકે છે. પહેલાં એવું નહોતું.

વીસમી સદીની શરૂઆતમાં માત્ર ધનવાનો જ પોતાના સમયનો લિવર તરીકે ઉપયોગ કરી શકતા હતા. 1890માં, મોટાભાગના લોકો રોજ સરેરાશ દસ કલાક મજૂરી કરતા હતા. એ લોકો રોજેરોજનું કમાવામાં જ એટલા વ્યસ્ત રહેતા હતા કે તેમને સમયનો લિવર તરીકે ઉપયોગ કરવાની નવરાશ મળતી નહોતી.

જોકે આજે લોકો પાસે જેટલો સમય નવરાશનો સમય વધતો હોય છે, એટલો ઇતિહાસમાં ક્યારેય વધતો નહોતો. અને સમય બધાને સમાન તક આપે જ છે ! સમયની બાબતમાં નાના-મોટા બધા જ સરખા છે. એવું ક્યારેય નથી બનતું કે ધનવાનોને દિવસના 48 કલાક મળી જતા હોય અને ગરીબોને 12 જ કલાક મળે. બધાને એકસમાન સમય જ મળે છે : દિવસના 24 કલાક, અઠવાડિયાના 7 દિવસ અને વર્ષના 365 દિવસ.

સમયનો લિવર તરીકે ઉપયોગ કરવાનું સૌથી મોટું હથિયાર

આજે પાઇપલાઇન નાખવાનું કામ માત્ર ધનવાનો પૂરતું જ સીમિત નથી રહ્યું. થોડોક સમય અને ઘણા જુસ્સાવાળો કોઈ પણ સામાન્ય માણસ 2થી 5 વર્ષમાં એવી “સામાન્ય લોકોની પાઇપલાઇન” નાખી શકે છે જે વર્ષો કે દસકો સુધી આવક આપતી રહે !

અને તમને એ વાત જાણીને આશ્ચર્ય થશે કે આ હથિયાર આપણા સૌના આંગળીના ટેરવે ઉપલબ્ધ રહે છે. આ હથિયારને કારણે જેટલા લોકો લાખોપતિ થયા છે એટલા લોકો ક્યારેય પણ બીજા કોઈ હથિયારની સહાયથી થઈ શક્યા નથી.

હું આ અદ્‌ભુત હથિયારને “ઇ-પાઇપલાઇન” કહું છું અને તેનાથી સમયનો બહુ અદ્‌ભુત રીતે લિવર તરીકે ઉપયોગ કરી શકાય છે. તમે સંભવતઃ આ ઇ-પાઇપલાઇનને અલગ નામે જાણતા હશો અને એ નામ તમને ચોવીસે કલાક અખબાર અને ટીવીમાં જોવા-સાંભળવા મળતું જ હશે.

એ હથિયારનું નામ?

ઈન્ટરનેટ.

સમયનો લિવર તરીકે ઉપયોગ કરવા માટે ઈતિહાસનું સૌથી સફળ હથિયાર

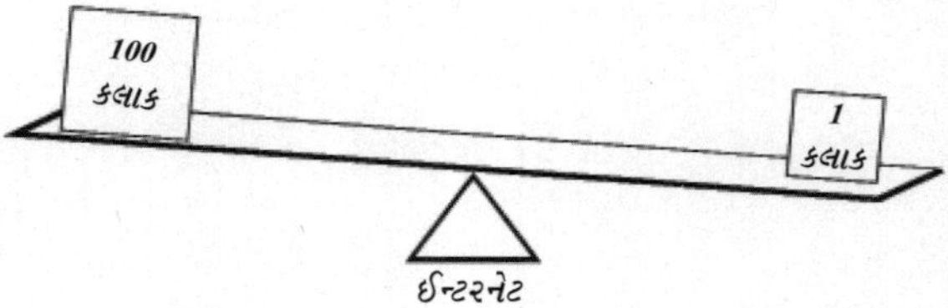

ભાગ 3

સૌથી સરળ અને ઉપયોગી પાઇપલાઇન

પ્રકરણ 7

ઇ-પાઇપલાઇનઃ સર્વોત્તમ પાઇપલાઇન

હવે લોકો તેને 'પાઈપલાઈનવાળો પાબ્લો' નહીં પણ
'ચમત્કારિક પાબ્લો' કહેતા. રાજકારણીઓ પણ તેની
દીર્ઘદૃષ્ટિનાં વખાણ કરીને તેને સરપંચની ચૂંટણીમાં ઊભા
રહેવાનું આમંત્રણ આપે છે. જોકે પાબ્લો સમજતો હતો કે
તેણે જે કર્યું હતું એ કંઈ ચમત્કાર નહોતો. એ તો એના
સ્વપ્નનો માત્ર પ્રથમ પડાવ જ હતો. પાબ્લોનાં આયોજનો
તો આ ગામની પણ બહાર પ્રસરવાનાં હતાં.
પાબ્લોએ આખી દુનિયામાં પાઈપલાઈન નાખવાનું
આયોજન કરી રાખ્યું હતું.

- 'સફળતાની પાઈપલાઈન, જીવનની લાઈફલાઈન'માંથી.

કઈ રીતે સમય અને રૂપિયાનો લિવર તરીકે ઉપયોગ કરીને આપણે પાઈપલાઈન નાખીને એક ચોક્કસ આવક ઊભી કરી શકીએ, તેના વિષે આપણે અત્યાર સુધી વાત કરી.

હવે પ્રશ્ન એ છે, *"વર્તમાન અર્થવ્યવસ્થામાં સૌથી લાભદાયક અને શક્તિશાળી પાઈપલાઈન કઈ છે?"*

એ પ્રશ્નનો જવાબ છે ઈન્ટરનેટ, એક એવી મહત્ત્વની ટેક્નોલોજી જેને હું "નવી અર્થવ્યવસ્થાની ઈ-પાઈપલાઈન" કહું છું. ઈન્ટરનેટ લોકોના જીવવાની, કામ કરવાની અને મનોરંજનની રીતભાત જ બદલી રહ્યું છે. આ દુનિયામાં ઈન્ટરનેટ જ ભવિષ્ય છે અને એ ભવિષ્ય હવે વર્તમાન બની ચૂક્યું છે.

માનવજાતના ઈતિહાસમાં ઈન્ટરનેટ નામે જે સૌથી મોટા લિવરનું સર્જન થયું છે, તેનો લાભ કઈ રીતે ઉઠાવવો તેના વિષે હું આ પ્રકરણમાં વાત કરીશ. *તેના વડે 50 વર્ષ નહીં પરંતુ 5 વર્ષમાં કઈ રીતે પાઈપલાઈન નાખી શકાય, તેની વાત હું અહીંયાં કરવાનો છું.*

ઈન્ટરનેટની ક્રાંતિનો હજુ તો પ્રારંભ જ થયો છે

ઈન્ટરનેટ આખી દુનિયાને બદલી રહ્યું છે, તે નક્કી.

જનરલ ઇલેક્ટ્રિક (જીઈ)ના સીઈઓ જેક વેલ્શે 'ધ વોલ સ્ટ્રીટ જર્નલ' સામયિકના ઈન્ટરવ્યૂમાં કહ્યું હતું : "આવનારાં પાંચ વર્ષમાં દરેક કંપની ઈન્ટરનેટ કંપની બની જશે, અથવા તો તે કંપનીનું અસ્તિત્વ જ રહેશે નહીં."

વર્લ્ડ વાઈડ વેબ

આ ઈન્ટરનેટ શા કારણે સૌથી શક્તિશાળી પાઈપલાઈન છે?

એક ક્ષણ બધું ભૂલી જઈને વિચારો કે ઈન્ટરનેટ એટલે શું? મૂળે તો ઈન્ટરનેટ એટલે એકબીજા સાથે જોડાયેલા કરોડો લોકો, જે કોમ્પ્યૂટર કે મોબાઈલ ફોન વડે, એકબીજાનો તત્ક્ષણ સંપર્ક કરી શકે છે કે એકબીજા પાસેથી કશાકનું ખરીદ-વેચાણ કરી શકે છે. આ સુવિધા ચોવીસ કલાક

અને ત્રણસો પાંસઠ દિવસ ચાલુ જ હોય છે અને તેનો ખર્ચ તદ્દન નજીવો હોય છે.

કેવું અદ્ભુત !

ઈન્ટરનેટ અત્યંત ઝડપી છે, તેના વપરાશનો ખર્ચ એકદમ ઓછો છે, તે હંમેશાં ચાલુ જ રહે છે, તેનો અનંત ઉપયોગ થઈ શકે છે અને આખી દુનિયા તેના વડે એકબીજા સાથે જોડાયેલી રહે છે. બ્રૂકલીન બ્રિજ બાંધવામાં જેટલો સમય લાગ્યો હતો, તેનાથી અડધા સમયમાં 10 કરોડ લોકોના ઘરે ઈન્ટરનેટ કનેક્શનના વાયરો નંખાઈ ગયા હતા. 2003 સુધીમાં તો 1 અબજ લોકો ઓનલાઈન થઈ ગયા હતા અને તેઓ પ્રતિવર્ષ 10,000 અબજ જેટલા ડૉલર ઓનલાઈન ખર્ચીને વિવિધ વસ્તુઓ અને સેવાઓ ખરીદવા માંડ્યા હતા.

આ કંઈ વધારીને વાત નથી કરી. આ સાચે જ ક્રાંતિકારી આંકડા છે.

ઈન્ટરનેટ

તમારું પીસી ***વિશ્વ***

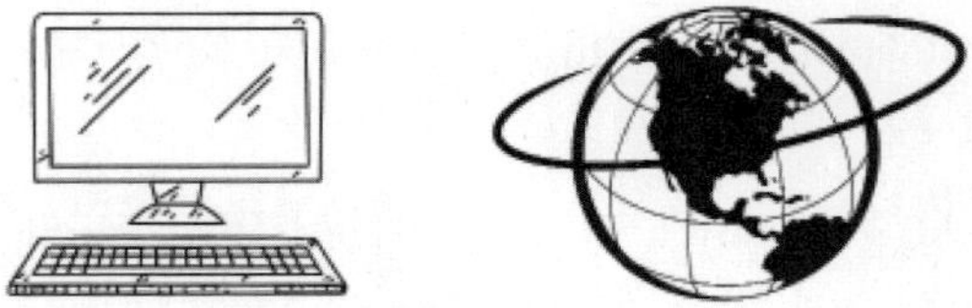

1 અબજ લોકો ઓનલાઈન

ઈ-કોમર્સ = પ્રતિવર્ષ 10,000 અબજ ડૉલરથી વધારેનું બજાર

ઈન્ટરનેટની સમસ્યા

ઈન્ટરનેટ સાચે જ ક્રાંતિકારી છે પણ એમાં ઘણી બધી અપૂર્ણતાઓ રહેલી છે.

વાસ્તવમાં, ઈન્ટરનેટમાં એક બહુ મોટી સમસ્યા છે.

ઈન્ટરનેટની જે સૌથી મોટી શક્તિ છે, એ જ એની સૌથી મોટી નબળાઈ પણ છે. એ વધારે પડતું જ વિશાળ છે ! ઈન્ટરનેટ પર વધારે પડતા લોકો આવી ગયા છે. એટલે ઈ-કોમર્સમાં મૂંઝવણ અને સ્પર્ધા, બંનેનું

પ્રમાણ ઘણું વધારે છે. તેની ટેક્નોલોજી પણ સતત બદલાતી રહે છે. તો તમે ક્યાંથી ખરીદશો ? કેવી રીતે ખરીદશો ? કોનો ભરોસો કરશો ?

વધારે પડતી સંખ્યા એની મોટી સમસ્યા છે.

વિશેષજ્ઞોના મતે, ઈ-કોમર્સ વેબસાઈટ સમક્ષ ત્રણ મોટા પડકારો છે :

1. વધુમાં વધુ લોકો તેમની સાઈટની મુલાકાત લેવા જોઈએ.
2. વધુમાં વધુ વેચાણ થવું જોઈએ.
3. વધુમાં વધુ લોકો સાઈટ પર વારંવાર પાછા ફરવા જોઈએ.

ઈન્ટરનેટને વફાદાર ગ્રાહકો જોઈએ છે

ટૂંકમાં, મોટાભાગની ઈ-કોમર્સ વેબસાઈટોને વફાદાર ગ્રાહકોનો અભાવ નડે છે. વફાદાર ગ્રાહકો એટલે એવા ગ્રાહકો જે એકાદવાર ભૂલથી આવી જવાના બદલે દર અઠવાડિયે, દર મહિને એ વેબસાઈટ પર આવે અને ખરીદી કરે.

આપણે અવારનવાર સાંભળતા હોઈએ છીએ કે આ વેબસાઈટને આટલી “હીટ” મળી અને પેલી વેબસાઈટને તેટલી “હીટ” મળી. જોકે આવી “હીટ” મળવાથી વેપાર થતો હોય છે, એવું નથી હોતું. આ “હીટ” એટલે વેબસાઈટની મુલાકાતે આવતા લોકો. માની લો કે એક વોકિંગ ક્લબ છે, દરરોજ સવારે એક શોપિંગ મોલ પર ભેગા થાય છે. તે બધા એ મોલમાં કસરત કરે છે પણ કંઈ ખરીદતા નથી. એ લોકોનો ખરીદી કરવાનો કોઈ ઈરાદો જ નથી હોતો. તેમનું કામ પૂરું થઈ જાય એ પછી એ લોકો બીજે જઈને ખરીદી કરતા હોય છે.

એવી જ રીતે “હીટ” એટલે ઈન્ટરનેટ પર ફરવા નીકળતા લોકો. આ લોકોથી વેબસાઈટ પર કોઈ વેપાર થતો નથી. વેચાણ થાય તો વેપાર થતો હોય છે. અને મોટાભાગની ઈ-કોમર્સ સાઈટ પર એ વેપાર ઘટતો જાય છે.

કેમ? કારણ કે મોટાભાગની વેબસાઈટ પર દર અઠવાડિયે કે દર મહિને ખરીદી કરવામાં લોકોને કોઈ વિશેષ લાભ મળતો હોતો નથી. ઈન્ટરનેટ વપરાશકર્તાઓમાં વફાદારીની ભાવના હોતી નથી, કારણ કે મોટાભાગની વેબસાઈટો લાંબા ગાળાના સંબંધો વિકસાવવાને બદલે માત્ર ઓછામાં ઓછા ભાવમાં વસ્તુ વેચવામાં જ પાવરધી હોય છે.

ઈન્ટરનેટની મોટામાં મોટી સમસ્યા

લાંબા ગાળાના સંબંધો

આ ઈન્ટરનેટના સમયમાં ગ્રાહકોમાં વફાદારીની ભાવના કઈ રીતે વિકસાવી શકાય?

સંબંધ કેળવીને.

લોકો જોડે સાચા, મજબૂત અને લાંબા ગાળાના સંબંધો કેળવવા પડે, જેમાં માત્ર "હીટ" અને "વિઝિટર" જ મહત્ત્વના હોતા નથી. આમ કરવાથી જ કોઈ પણ વેબસાઈટ અન્ય ઈ-કોમર્સ વેબસાઈટથી અલગ પડી શકે છે.

ઈન્ટરનેટના જમાનામાં પણ અંગત સંબંધો તો મહત્ત્વના છે જ. વીસ વર્ષ પહેલાં જહોન નૈસબિટે પણ એમ જ કહ્યું હતું, "આપણે જેટલા હાઈ-ટેક થતા જઈએ તેટલા જ હાઈ-ટચ સંબંધો વધારે મહત્ત્વના બનતા જશે." એટલે જ આજના ડોટ-કોમવાળા ઠંડા ડિજિટલ જમાનામાં ઉષ્માપૂર્ણ માનવીય સંબંધો વધારે મહત્ત્વના બની રહે છે.

વિચારી જુઓ. છેલ્લે તમે જે ફિલ્મ જોઈ હતી એ કોઈ વેબસાઈટની જાહેરાતથી પ્રેરાઈને જોઈ હતી? મોટાભાગે તો એનો જવાબ નકારમાં જ હશે. મોટાભાગે એ ફિલ્મ તમને કોઈ મિત્ર કે સહકાર્યકરે જ જોવાનું સૂચવ્યું હશે. એવું જ તમે જે વેબસાઈટોની મુલાકાત લો છો, તેનું પણ હોય છે. તમે મોટાભાગે એવી વેબસાઈટો પર જ જશો જે તમને તમારા કોઈ

જાણકાર કે વિશ્વાસુ મિત્ર કે પરિચિતે સૂચવી હોય. તમે કોઈ વેબસાઈટના બેનર કે ટીવીની જાહેરાતને કારણે તો એમ કરવાના જ નથી.

અને આમ પણ, કોઈના દ્વારા સૂચવાયેલી વાત, જાહેરાતો કરતાં વધારે અસરકારક હોય છે, એ તો આપણે બધા જ જાણીએ છીએ. આજના જમાનામાં તો એ વધારે અસરકારક છે. માણસને આમ પણ માણસ સાથે જ કામ કરવું વધારે ગમે છે. અને હાઈ-ટેક જમાનામાં હાઈ-ટચ સંબંધો પણ વધુ ને વધુ મહત્ત્વના બનતા જાય છે. આ સંબંધોથી જ ઈન્ટરનેટની સૌથી મોટી સમસ્યા, એટલે કે વફાદાર ગ્રાહકોનો અભાવ, દૂર થઈ શકે એમ છે.

એ જ તમારી પાઈપલાઈન પણ બની શકે તેમ છે.

તમે તમારા પરિચિતોને આમ પણ આ વસ્તુ કે પેલી સેવા લેવાની ભલામણ તો કરતા જ હોવ છો, પરંતુ મફતમાં. તમારી ભલામણોથી લોકો વસ્તુઓ અને સેવાઓ ખરીદતા પણ હોય છે. હવે જો એમાંથી તમને આવક થાય તો કેવું ?

એવું થઈ શકે છે.

તમારા સમય અને સંબંધોનો લિવર તરીકે ઉપયોગ કરીને એવું થઈ શકે છે. તમે તમારા સંબંધોના ઉપયોગથી ઈ-કોમર્સ વેબસાઈટો માટે એવા વફાદાર ગ્રાહકો તૈયાર કરી શકો છો. એની સાથે-સાથે તમારી આવક પણ ઊભી થાય છે.

આ પરિસ્થિતિ બધા માટે લાભકારક છે. ઈ-કોમર્સ વેબસાઈટોને વફાદાર ગ્રાહકો મળે છે. એ વેબસાઈટોની વસ્તુઓ અને સેવાઓની ભલામણ કરવા બદલ તમને આવક મળે છે અને તમારા પરિચિતોને યોગ્ય વસ્તુ કે સેવા મળી રહે છે.

હું તેને સર્વોત્તમ પાઈપલાઈન કહું છું.

તમારે માત્ર શરૂઆત જ કરવાની છે.

સર્વોત્તમ પાઈપલાઈન

ઈ-કોમર્સ વેબસાઈટો **તમે**

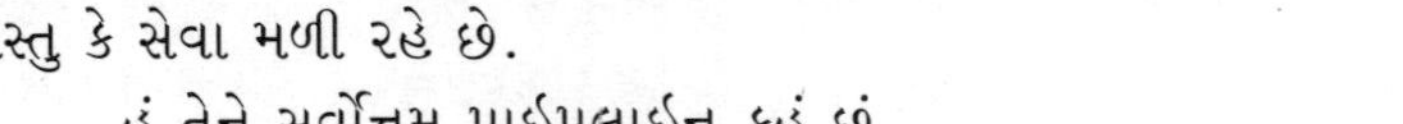

તમે વાતો કરો, બાકી બધું એ લોકો કરે

એ પાઈપલાઇન આવી રીતે કામ કરે છેઃ તમે કોઈ પણ વિખ્યાત ઈ-કોમર્સ વેબસાઈટ સાથે આ પ્રકારની ભાગીદારી કરો છો. (તેને મોટાભાગે એફિલિએટ પ્રોગ્રામ કહેતા હોય છે.)

તમારે માત્ર "વાતો" જ કરવાની છે. તમારે માત્ર લોકોને ઈ-કોમર્સ કંપનીની વેબસાઈટ પર જ મોકલવાના છે. એ લોકો ત્યાંથી જે પણ ખરીદી કરે, તેમાંથી તમને જે તે કંપની કમિશન ચૂકવે છે.

બાકી બધું જ કામ જે તે ઈ-કોમર્સ કંપનીઓ જ કરતી હોય છે. તેઓ વેબસાઈટ બનાવે છે, ઓનલાઇન ઑર્ડર લે છે, વસ્તુઓ મોકલી આપે છે, ક્રેડિટ-ડેબિટ કાર્ડ અને એકાઉન્ટિંગ પણ એ લોકો જ સંભાળે છે. એમનો લાભ એ કે તેમને વફાદાર ગ્રાહકો મળે છે જે વારંવાર તેમની વેબસાઈટ પર ખરીદી કરવા જાય છે અને તેમનો વેપાર વધતો ચાલે છે.

મેં કહ્યું એમ, આ તો બધા માટે લાભદાયક વ્યવસ્થા જ છે! ઈ-કોમર્સ કંપનીની સૌથી મોટી સમસ્યા, વફાદાર ગ્રાહકોનો અભાવ, આ વ્યવસ્થાથી દૂર થાય છે. તમે સતત આવક રળી આપતી પાઈપલાઇન નાખો છો અને તમારા પરિચિતોને ખરીદી માટે વિશ્વાસપાત્ર વેબસાઈટ મળે છે.

તમે વાતો કરો, બાકી બધું એ લોકો સંભાળી લે. એકદમ સરળ!

આ સર્વોત્તમ પાઈપલાઇન નાખવા માટે તમારામાં કોઈ વિશેષ કૌશલ્યો હોવાં જરૂરી નથી. તમે તો રોજ કરો છો એ જ કામ કરવાનું છે, લોકો સાથે વાતો કરવાનું! તમે લોકોને વેબસાઈટોના જંગલમાંથી યોગ્ય વેબસાઈટ સુધી પહોંચાડો છો અને તમને તેના બદલામાં રૂપિયા મળે છે.

અને આ સર્વોત્તમ પાઈપલાઇનના માધ્યમથી તમે કેટલું કમાઈ શકો છો? એ તો તમારી ઉપર છે. તમે ધારો એટલું કમાઈ શકો છો! તમે જેટલા વધુ લોકોને ભલામણ કરશો, એટલી વધારે તમારી આવક હશે. લોકોને હજારો નહીં, લાખો ભલામણો (રેફરલ)થી સતત આવક થતી જ રહે છે.

પણ એક માણસ આવી રીતે લાખો માણસો સાથે કઈ રીતે વાત કરી શકે? તમે કહેશો, "આ તો અશક્ય છે."

પરંતુ તમને ચક્રવૃદ્ધિ વ્યાજ જેવી પદ્ધતિની માહિતી હોય, તો એ અશક્ય નથી! એટલે જ તો આઈન્સ્ટાઈન તેને દુનિયાની આઠમી અજાયબી ગણતા હતા.

ઇ-પાઇપલાઇનઃ સર્વોત્તમ પાઇપલાઇન

શતરંજના શોધક અને ચીનના બાદશાહની જે વાર્તા આગળ કહી હતી, તે યાદ છે? શોધકને તો પોતાની શોધના વળતર સ્વરૂપે ચોખાનો માત્ર એક જ દાણો જોઈતો હતો. જોકે એ દાણો દરેક ચોકઠા પર બેવડાવો જોઈએ, એવી પણ એની શરત હતી. એટલે તેને દુનિયામાં કુલ જેટલા ચોખા હતા, તેના દસ ગણા ચોખા આપવાના થતા હતા. આ છે બેવડાવતા જવાની વિભાવનાની શક્તિ.

જો આ બેવડાવવાની વિભાવનાને તમે ઈ-કોમર્સ સાથે જોડી દો, તો શું થઈ શકે એની એક ક્ષણ પૂરતી ધારણા કરી લો. એનાં પરિણામ પણ અદ્‌ભુત જ મળશે.

ઈ-કોમર્સમાં બેવડાવાની વિભાવના

∘	∘∘	∘∘∘∘	8	16	32	64	128
256	512	1K	2K	4K	8K	16K	32K
....	....	....	....	....	....	....	....
....	....	....	....	....	....	....	....
....	....	....	....	....	....	....	....

આ બેવડાવાની વિભાવનાને કારણે જે વિકાસ થાય છે, તે ધારણા બહારનો હોય છે. તેમાં ઈન્ટરનેટની પહોંચ અને ઝડપ ભળે પછી તો પૂછવું જ શું?

એટલે જ ઇ-પાઈપલાઈનને હું શ્રેષ્ઠ પાઈપલાઈન ગણું છું. તમે ખર્ચેલા સમય અને કેળવેલા સંબંધોનું વળતર ઈન્ટરનેટના કારણે અનેકવાર

બેવડાય છે. ઈ-પાઈપલાઈનને કારણે મોટા રોકાણ વિના પણ પામ બીચ પાઈપલાઈન જેવું વળતર મળી શકે છે.

આ પાઈપલાઈન બનાવવા તમારે તમારા રૂપિયાનો લિવર તરીકે ઉપયોગ નથી કરવાનો. તમારે ઉપયોગ કરવાનો છે, તમારા સમય અને સંબંધોનો. એ કેવી રીતે થઈ શકે, તે પણ સમજીએ.

ઈ-પાઈપલાઈન બેવડાવાની વિભાવના

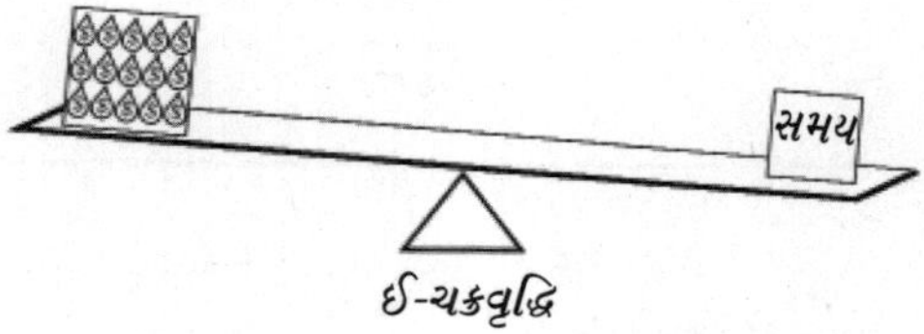

ઇ-પાઇપલાઇનનું ગણિતઃ (1+1) × 12 = અનંત વળતર !

શું તમને એમ લાગે છે કે તમે દર મહિને તમારી ઈ-પાઈપલાઈન માટે માત્ર એક જ વ્યક્તિને તમારી સાથે જોડી શકો? માત્ર એક જ એવી વ્યક્તિ કે જેને આર્થિક સલામતી, વધુ સ્વાતંત્ર્ય, વધુ આનંદ અને વધુ પરિચયો કેળવવામાં રસ હોય? દર મહિને માત્ર એક જ યોગ્ય વ્યક્તિ શોધવાની જરૂર હોય છે.

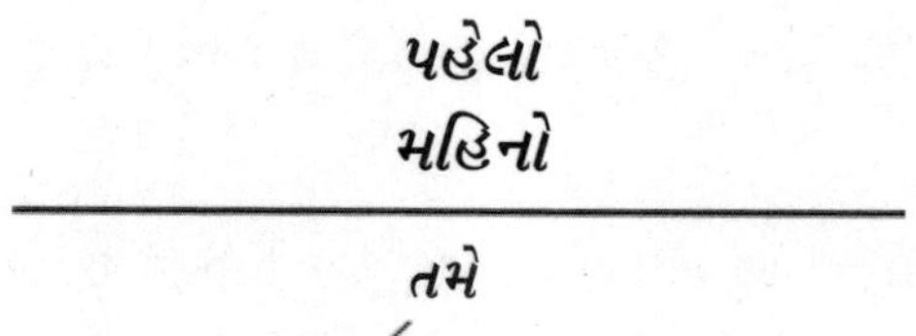

એકવાર કોઈ વ્યક્તિ તમારી સાથે જોડાઈ જાય, પછી તમે તેના શિક્ષક બની જાવ છો. પોતાના મિત્રો અને પરિચિતો સાથે કઈ રીતે આવી ભાગીદારીઓ કરવી, એ જ તમારે તેને શીખવવાનું છે. અને એ દરમિયાન, તમારે બીજા મહિના માટે આવી એક બીજી વ્યક્તિ શોધવાની છે. આમ, બે મહિનાના અંતે તમારા આવા બે ભાગીદાર હશે. અને તમારા પહેલા ભાગીદારે પણ એ મહિનામાં તેની સાથે એક ભાગીદારને જોડ્યો હશે.

બીજો
મહિનો

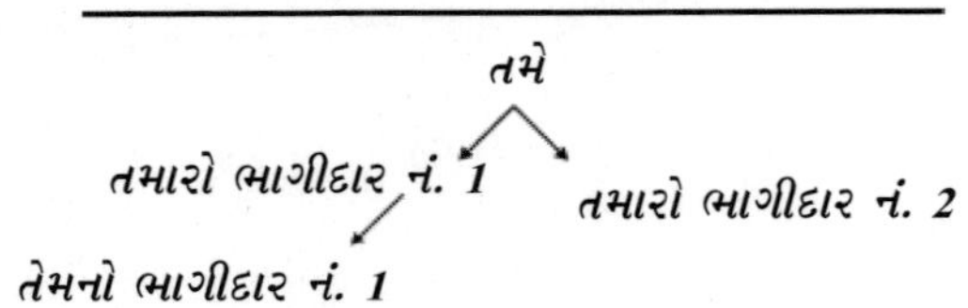

હવે તમે ચાર જણા થઈ ગયા. તમે પોતે, અને બીજા ત્રણ, બરોબર? (તમે દરેક મહિને વધારે લોકોને તમારી સાથે જોડીને તમારું નેટવર્ક વધારે ઝડપથી પણ વિસ્તારી શકો છો. પણ અત્યારે આપણે એમ ધારી લઈએ કે તમે કાચબાનો ધીમો છતાં મક્કમ માર્ગ પસંદ કર્યો છે.)

હવે તમે દર મહિને આ માર્ગ અપનાવતા જશો. એટલે એક વર્ષના અંતે તમે પોતે જ બાર લોકોને તમારા નેટવર્કમાં જોડ્યા હશે. અને એમ પણ ધારી લઈએ કે એ દરેકે પણ દર મહિને તેમની સાથે એક માણસને જોડ્યો હશે.

અહીંયાં જ પેલું બેવડાવાનું જાદુ દેખાઈ આવે છે. બાર મહિનાના અંતે તમારી સાથે કુલ 4096 લોકો જોડાઈ ચૂક્યા હશે.

12 મહિનાના અંતે

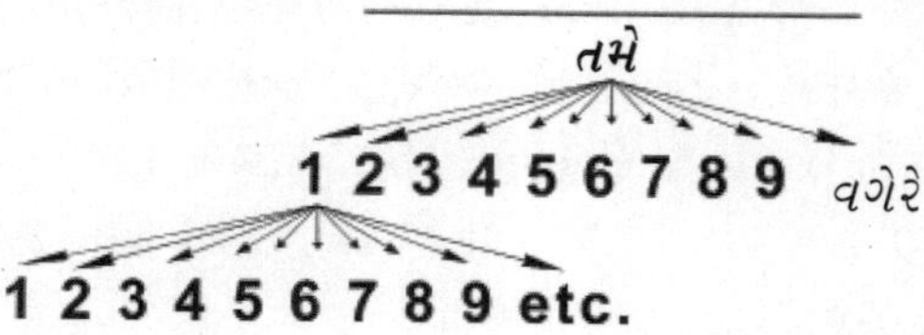

કુલ 4096 લોકો

હવે સૌથી મહત્ત્વની વાત આવે છે. તમે જેટલા પણ લોકોને તમારી સાથે જોડ્યા હશે, એ બધા લોકોના વેચાણમાંથી તમને અમુક ટકા હિસ્સો મળશે જ. જો 4000 લોકો દર મહિને 100 ડૉલરની ખરીદી કરતા હોય, તો કુલ વેચાણ થયું 4 લાખ ડૉલરનું ! જો તમને એમાં 1% થી 3% જેટલો હિસ્સો મળતો હોય, તો તમારી માસિક આવક 4000 થી 12,000 ડૉલર જેટલી થાય.

બેવડાવતા જવાનું જાદુ

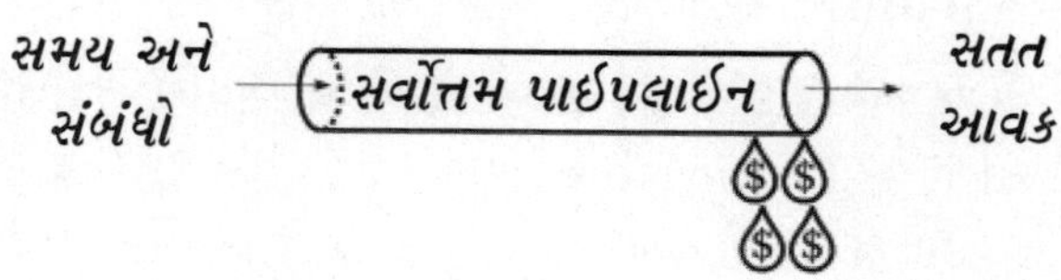

હવે તમને સમજાય છે કે હું ઈ-પાઈપલાઈનને સર્વોત્તમ પાઈપલાઈન શા માટે માનું છું ? કારણ કે તેમાં ઈ-કોમર્સના ધંધાની પહોંચ અને સરળતા છે અને તેમાં વિકાસની અદ્ભુત તક પણ રહેલી છે. આ ઈ-પાઈપલાઈનમાંથી સતત આવક તો થતી જ રહે છે પરંતુ તેમાં તમે પાબ્લોની જેમ રૂપિયા નહીં પરંતુ સમયનો ઉપયોગ કરીને એ પાઈપલાઈન વિકસાવતા જાવ છો !

કોઈ જ વિશેષ કૌશલ્યોની જરૂરિયાત નથી

ઇ-પાઇપલાઇન નાખવા માટે તમારે રૂપિયાનું રોકાણ તો કરવું જ નથી પડતું. બીજું, કે આવી પાઇપલાઇન નાખવામાં દસકો નથી લાગતા. તે અમુક મહિના કે વર્ષોમાં તૈયાર થઈ જાય છે. અને સૌથી મજાની વાત તો એ છે કે તેમાં કોઈ વિશેષ કૌશલ્યોની પણ જરૂરત પડતી નથી. તમે જે કામ રોજ કરતા હોવ છો, એ જ કામ કરવાનું છે અને એ કામ એટલે લોકો સાથે વાતો કરવી.

તમે લોકોને ઈન્ટરનેટની ગૂંચવણમાંથી બહાર નીકળવાનો યોગ્ય માર્ગ બતાવો છો અને એના માટે જ તમને રૂપિયા મળે છે ! જો તમને વાતો કરતાં આવડતી હોય અને ક્લિક કરતા ફાવતું હોય, તો તમે તમારા સમય અને સંબંધોનો ઉપયોગ કરીને આ સર્વોત્તમ પાઇપલાઇન નાખી શકો છો.

આ સર્વોત્તમ પાઇપલાઇન માટે આપણને પામ બીચ પાઇપલાઇનમાંથી પણ ઘણું શીખવા મળે છે. આપણે તેમની પાસેથી બેવડાવાની રમત શીખવા જેવી છે. જોકે આપણે રૂપિયા બેવડાવતા નથી. આપણે આપણા સમય અને સંબંધોને બેવડાવીએ છીએ. પરિણામે, બહુ ઓછા રૂપિયામાં જ આપણે પામ બીચ જેવી પાઇપલાઇન નાખી શકીએ છીએ અને સમય પણ પામ બીચ પાઇપલાઇન કરતાં ઘણો ઓછો લાગે છે.

એટલે જ આખી દુનિયાના લાખો લોકો આ સર્વોત્તમ પાઇપલાઇન નાખવામાં લાગી ગયા છે. ધનવાનોને પામ બીચ પાઇપલાઇનથી જે લાભ મળે છે, તે બધા જ લાભ તેઓ પામી શકે છે. અને તેના માટે તેમણે કોથળો ભરીને રૂપિયા પણ રોકવા પડતા નથી. રોકાણ માત્ર સમયનું જ કરવું પડે છે. અને પોતાની પાઇપલાઇનનાં ફળ ચાખવા તેમણે 50 વર્ષ સુધી રાહ પણ જોવી પડતી નથી. અમુક મહિનામાં જ તેમને એનાં ફળ ચાખવા મળે છે.

એટલે એ પસંદગી કરવામાં વધારે વિચારવાની પણ જરૂર રહેતી નથી !

બે પ્રકારના લિવર

નવી સદીમાં નવા પ્રકારનો ધંધો

'લીડિંગ ધ રિવોલ્યુશન' પુસ્તકના લેખક ગેરી હેમલ કહે છે કે આ હાઈ-ટેક દુનિયામાં "નવી અર્થવ્યવસ્થામાં માત્ર એ જ કંપનીઓ ટકી શકશે જે નવા-નવા ઉપાયો યોજીને ધંધો કરતી રહેશે." ગેરી હેમલનું કહેવું છે કે વર્તમાન સમયમાં કંપનીઓ વચ્ચે વસ્તુઓ અને સેવાઓ વેચવાની સ્પર્ધા નથી રહી. હવે સ્પર્ધા છે નવા વિચારોની, નવીન પદ્ધતિઓની.

તેઓ એમ પણ કહે છે કે ધંધા માટે નવા વિચારો અને નવી પદ્ધતિઓ શોધવી કંઈ આજકાલનો વિચાર નથી. હેન્રી ફોર્ડે એવો વિચાર અમલમાં મૂક્યો કે કોઈ પણ સામાન્ય માણસને પોસાય તેવી ગાડી બનાવવી. અને હેન્રી ફોર્ડે એવી કાર બનાવી પણ ખરી કે જે બધાની જરૂરિયાત સંતોષતી હોય. જ્યારે તેમને અલગ અલગ રંગની ગાડીઓ માટે વિનંતીઓ મળતી, ત્યારે તેઓ જવાબ આપતા, "તમે કોઈ પણ રંગમાં ગાડી મેળવી શકો છો, પણ તમારી પસંદગીનો રંગ કાળો જ હોવો જોઈએ."

જનરલ મોટર્સના આલ્ફ્રેડ સ્લોને ફોર્ડની વિભાવના આગળ વધારી. તેમને એમ સમજાયું કે ઉપભોક્તા જ બજારનો રાજા છે. તેમણે પણ લોકોની જરૂરિયાત અને પસંદગી અનુસારની ગાડીઓ બનાવવા માંડી. સ્લોનનું સ્લોગન હતું, "બધાને અનુકૂળ આવે અને પોસાય તેવી ગાડીઓ." સ્લોનની ધંધાની વિભાવના વધારે સારી હતી એટલે તેમની કંપનીનું મૂલ્ય ફોર્ડથી પણ વધી ગયું હતું. આજે જનરલ મોટર્સ રૂપિયાની દૃષ્ટિએ દુનિયામાં સૌથી વધુ વેચાણ કરતી કંપની છે.

નવું અને સુધારેલું મોડલ

જનરલ મોટર્સની જેમ, ઇ-પાઇપલાઇન એ ઈ-કોમર્સનું સુધારેલું સ્વરૂપ છે. તેના માધ્યમથી નવા નવા ગ્રાહકો બનાવવામાં આવે છે અને તેમનામાં વફાદારીની ભાવના કેળવવામાં આવે છે. *'ધ ફેમિલી સર્કસ'* નામની કાર્ટૂન શ્રેણીમાં ડોલી નામનું પાત્ર પોતાના નાના ભાઈને પતંગિયાં ક્યાંથી આવતાં હોય છે, તે આવી રીતે સમજાવતું હોય છે.

"પતંગિયા એટલે ઈયળની નવી અને સંવર્ધિત આવૃત્તિ."

ઇ-પાઇપલાઇન એટલે ઈ-કોમર્સની નવી અને સંવર્ધિત આવૃત્તિ ! જો એકબીજાને કરવામાં આવતી ભલામણો, એ ભલામણો બદલ અપાતું વળતર અને બેવડાવાની વિભાવના ન હોત, તો ઈ-કોમર્સ કદી પણ પોતાના કોશેટોમાંથી બહાર આવી શક્યું ન હોત.

ઈ-કોમર્સ		*ઇ-પાઇપલાઇન*
વફાદાર ગ્રાહકોનો અભાવ	V/s.	*ઘણા બધા વફાદાર ગ્રાહકો*

પરંતુ ઇ-પાઇપલાઇનના માધ્યમથી ઈ-કોમર્સને પોતાની પાંખો ફેલાવીને મહત્તમ વૃદ્ધિ પામવાની તક મળે છે. એટલે જ આવી રીતે વેપાર કરતી ઈ-કોમર્સ કંપનીઓ અઢળક નફો રળી રહી છે અને માત્ર ઓછા ભાવે વસ્તુઓ વેચવાનો પ્રયત્ન કરી રહેલી ઈ-કોમર્સ કંપનીઓ ડૂબી રહી છે.

આ બધાને અનુકૂળ આવે અને પોસાય તેવી કાર તો નથી પરંતુ બધાને અનુકૂળ આવે અને પોસાય તેવી પાઇપલાઇન અવશ્ય છે.

તમારો હેતુ કદાચ એવો હોય કે થોડાક વધારે રૂપિયા કમાઈને આ દિવાળીની સારી રીતે ઉજવણી કરવી. અથવા તો તમે રોજ 9 થી 9 ના ઢસરડામાંથી છૂટવા માટે એક એવી પાઇપલાઇન નાખવા માંગતા હોવ, જે આખી દુનિયામાં ફેલાયેલી હોય.

તમારે થોડાક વધારે રૂપિયા કમાવા હોય કે પછી તમારે અમુક વર્ષો પછી લાખોપતિ થવું હોય.

ઈ-પાઈપલાઈન એ બધા જ પ્રશ્નોનો શ્રેષ્ઠ ઉત્તર છે.

એ પાઈપલાઈન કેટલી મોટી નાખવી છે, એનો આધાર તો તમારા ઉપર જ છે.

કેવી પાઈપલાઈન
તમે પસંદ કરશો ?

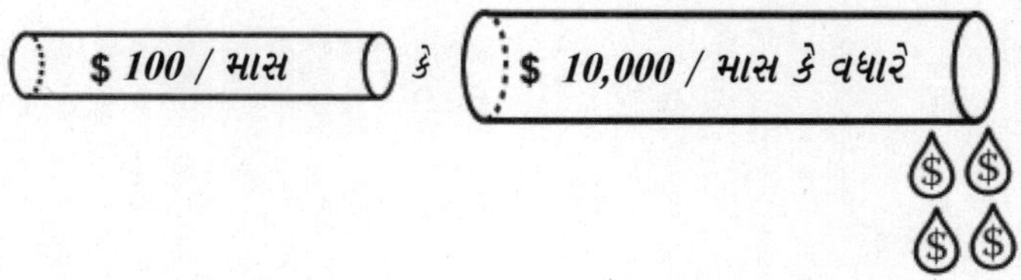

પ્રકરણ 8

તમે 50 વર્ષનું આયોજન પસંદ કરશો કે 5 વર્ષનું ?

ડોલ ઊંચકનારા મોટાભાગના લોકો તરત જ પાઈપલાઈન બનાવવાનો પ્રસ્તાવ ઠુકરાવી દે છે. પાબ્લો અને બ્રુનોને એકનાં એક કારણો જ વારંવાર સાંભળવા મળે છે.

લોકો કેટલા દષ્ટિહીન હોય છે, એ જોઈને પાબ્લો અને બ્રુનોને સાચે જ દુઃખ થતું.

- *'સફળતાની પાઈપલાઈન, જીવનની લાઈફલાઈન'માંથી.*

એક જૂનો ટુચકો છે જે પાઈપલાઈનના બે મહત્ત્વને સારી રીતે સમજાવે છે.

જહોન નામનો એક માણસ વર્ષો સુધી પોતાને ન ગમતી ઓછા પગારવાળી નોકરી કરતો રહ્યો, પરંતુ તેનો નિર્ધાર એવો હતો કે તે નિવૃત્ત તો ધનવાન બનીને જ થશે. એટલે તે બચાવી શકે એટલા રૂપિયા બચાવતો. સાંજે અને શનિ-રવિમાં તે બીજી નોકરી પણ કરતો કે જેથી તે રોકાણ કરીને પોતાની પાઈપલાઈન નાખી શકે.

50 વર્ષ પછી, તેનાં આ સઘળાં બલિદાન અને આર્થિક શિસ્તનાં ફળ તેને જોવા મળ્યાં. હવે તે આર્થિક રીતે સ્વતંત્ર હતો !

હવે જહોને નિર્ણય કર્યો કે તેની ઉંમર 70 વર્ષની તો થઈ ગઈ છે એટલે બાકીનું જીવન તેણે મજાથી જીવી લેવું જોઈએ. તેનું સપનું હતું કે તે દુનિયાના બધા જ સમુદ્રોમાં સ્કૂબા ડાઈવિંગ કરે. એટલે તેણે પોતાની લોહી-પરસેવાની કમાણીના હજારો ડૉલર ખર્ચીને સ્કૂબા ડાઈવિંગનાં સાધનો ખરીદ્યાં અને જાણકાર પાસે ફી ભરીને સ્કૂબા ડાઈવિંગ શીખ્યો પણ ખરો. તે બિઝનેસ ક્લાસની ટિકિટ લઈને હવાઈ ગયો અને ત્યાં રિટ્ઝ કાર્લટન હોટલમાં તેણે એક સ્વીટ પણ ભાડે રાખ્યો.

બીજે દિવસે તે હવાઈના સૌથી સુંદર પરવાળાના ટાપુ બાજુ સ્કૂબા ડાઈવિંગ માટે નીકળ્યો. હવે તેનું સપનું સાકાર થવામાં જ હતું ! તેણે ખરીદેલા સ્કૂબા ડાઈવિંગનાં મોંઘા વસ્ત્રો અને સાધનો ધારણ કરતાં તેને સાચે જ ગર્વ થતો હતો. ખાસ બનાવવામાં આવેલો વેટ સૂટ, એલ્યુમિનિયમની ઑક્સિજન ટેન્ક, જર્મનીમાં બનેલા અને પાણીની અંદર પણ ફોટો લઈ શકે તેવા કેમેરા, પાણીની અંદર લખી શકે તેવી પેન અને કાગળ. આ બધા સાથે જહોન તૈયાર થઈ ગયો.

મેઘધનુષી રંગોવાળા એ પરવાળાના ટાપુ સુધી તરતા જવાની ક્ષણેક્ષણ જહોન માણી રહ્યો હતો. પાણીની અંદર તેણે રંગબેરંગી માછલીઓના ફોટા પણ પાડ્યા. તેણે જે વિચાર્યું હતું, તે બધું જ તેને જોવા મળી રહ્યું હતું. તેણે પોતાના શોખ માટે હજારો ડૉલર ખર્ચ્યા હતા પરંતુ એ બધા જ અત્યારે વસૂલ થઈ ગયા લાગતા હતા.

"ધીરજનાં ફળ મીઠાં હોય છે," જ્હોને મનોમન વિચાર્યું, "બધું મારી કલ્પના મુજબ જ છે."

અચાનક જ્હોનને પોતાનાથી દસ ફૂટ નીચે, માત્ર એક ચડ્ડી પહેરીને તરતો માણસ જોવા મળ્યો. જ્હોને ભયાનક ઝડપથી પાણીની અંદર વાપરી શકાય તેવી પેન વડે પાણીની અંદર વાપરી શકાય તેવા કાગળ પર સંદેશો લખ્યો:

"મેં સ્કૂબા ડાઈવિંગનાં સાધનો માટે હજારો ડૉલર ખર્ચ્યા છે અને તું માત્ર એક ચડ્ડી પહેરીને મારાથી પણ ઊંડે પહોંચી ગયો? કેવી રીતે?"

એ માણસે જ્હોનના હાથમાંથી કાગળ પેન લઈને જવાબ લખ્યો, *"હું ડૂબી રહ્યો છું!"*

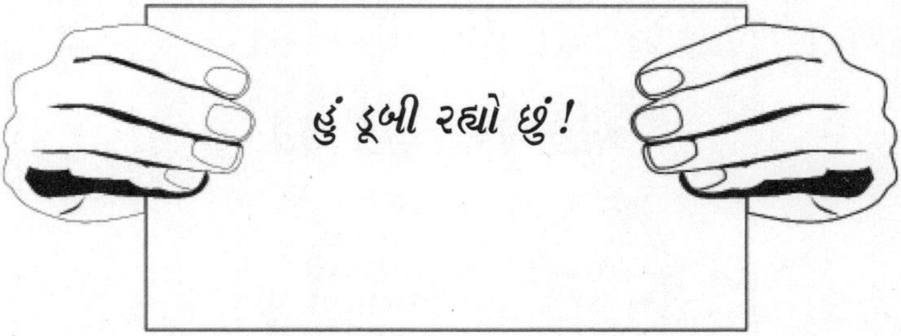

ઘણા બધા લોકો ડૂબી રહ્યા છે

આ ટુચકામાંથી જે પહેલી વાત આપણને શીખવા મળી, તે એ કે દરેક વસ્તુ દેખાય તેવી હોતી નથી! જ્હોનને એમ લાગ્યું હતું કે પેલો માણસ પોતાની જેમ સ્કૂબા ડાઈવિંગની મજા માણી રહ્યો છે. જોકે વાસ્તવિકતા એકદમ અલગ જ હતી - તે માણસ ડૂબી રહ્યો હતો.

રૂપિયા પૈસાની બાબતમાં પણ દેખાવ ભ્રામક હોઈ શકે છે. રોલેક્ષની કાંડા ઘડિયાળ અને સુંદર કપડાં પહેરનારા લોકો આર્થિક રીતે સ્વતંત્ર લાગતા હોય છે, પરંતુ તેમાંથી ઘણા લોકો દેવામાં ડૂબી રહ્યા હોય છે.

*'ધ મિલિયોનર નેક્સ્ટ ડોર'*ના લેખક ટોમસ જે. સ્ટેન્લી અને વિલિયમ ડી. ડેંકોએ જ્યારે પોતાના પુસ્તક માટે સંશોધન કરવાનું શરૂ કર્યું, ત્યારે તેમણે દસ લાખ ડૉલરથી વધારે સંપત્તિ ધરાવતા લોકોને મળવાનું શરૂ કર્યું. ધનવાન લોકો તો વૈભવી વિસ્તારોમાં જ રહેતા હોય, એમ માનીને તેમણે દેશના એ પ્રકારના વિસ્તારોમાં જ સર્વેક્ષણ કરવાનું શરૂ કર્યું.

જોકે બહુ જલદી જ તેમને સમજાઈ ગયું કે મોટા ઘરમાં રહેતા અને મોંઘી ગાડીઓ ફેરવતા લોકો વધારે સંપત્તિ ભેગી કરી શક્યા નહોતા. કેમ ? કારણ કે પોતાની આવકનો ચોક્કસ હિસ્સો પાઈપલાઈન નાખવામાં રોકવાને બદલે તેઓ પોતાની વૈભવી જીવનશૈલી પાછળ અઢળક રૂપિયા ખર્ચી રહ્યા હતા.

આ પરિસ્થિતિને વર્ણવવા માટે સ્ટેનલી અને ડેંકોએ જાણીતી કહેવત જ વાપરીઃ "મોટા ઢોલ, મોટી પોલ." કેટલી સાચી વાત છે, નહીં ?

મોટા ઢોલ, મોટી પોલ

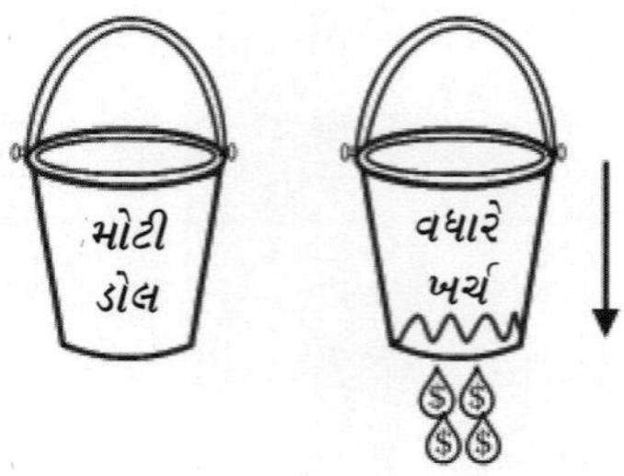

50 વર્ષની પાઇપલાઇનની શક્તિ

જહોનની સ્કૂબા ડાઈવિંગની વાત પરથી આપણને બીજો બોધપાઠ આર્થિક સ્વાતંત્ર્ય વિષે શીખવા મળે છે. જહોનની 50 વર્ષના અંતે નંખાયેલી પાઈપલાઈનનાં સારાં અને નરસાં પાસાં છે. ચાલો, પહેલા સારાં પાસાં અંગે જ વાત કરીએ.

50 વર્ષની પાઈપલાઈનનું સારું પાસું એ છે કે તે હંમેશાં કામ આવે જ છે. ઓછી આવક ધરાવતા લોકો દર મહિને પોતાની આવકનો અમુક ટકા હિસ્સો શેરબજારમાં રોકે, તો લાંબા ગાળે તેઓ અવશ્ય આર્થિક સ્વાતંત્ર્ય પામી શકે છે.

આ લાંબા ગાળાના રોકાણની સૌથી મહત્ત્વની બે વસ્તુઓ છેઃ પહેલું, નિયમિતપણે રોકાણ કરતા રહેવું અને, બીજું, તેને વર્ષોનાં વર્ષો સુધી બેવડાવવા દેવું. જો લોકો યોગ્ય સમયે તેની શરૂઆત કરી દે, અને પાઈપલાઈન નાંખવાના પોતાના આયોજનને વળગી રહે, તો દર મહિને માત્ર 100 ડૉલરની બચત કરીને પણ તેઓ લાખોપતિ બની શકે છે. તમને એ વાત અશક્ય લાગે છે ? નીચેનો ચાર્ટ જ તમને એ વાત સારી રીતે સમજાવી શકશેઃ

કઈ રીતે 65 વર્ષની ઉંમરે કરોડોપતિ બનવું ?

12% વાર્ષિક વ્યાજદરની ધારણા સાથે*

શરૂ કરવાની ઉંમર	દૈનિક બચત	માસિક બચત	વાર્ષિક બચત	10 લાખ ભેગા થતાં લાગતાં વર્ષ
25	3.57	109	1,304	40
35	11.35	345	4,144	30
45	38.02	1,157	13,879	20
55	156.12	4,749	56,984	10

નીલ ઈ. એલમૂચીના 'ધ વાઈસ ઈન્વેસ્ટર'માંથી

*પાછલા 70 વર્ષમાં અમેરિકાના શેરબજારનું સરેરાશ વળતર 11% અને પાછલા દસકનું વળતર સરેરાશ 25% રહ્યું છે એટલે 12% વળતરનો વાર્ષિક આંકડો વાજબી માનવો રહ્યો.

જો તમે તમારી પાઈપલાઈન વહેલી નાંખવાનું શરૂ કરી દો, તો લાખોપતિ બનવું કેટલું સરળ છે, એ જાણીને તમને અવશ્ય આશ્ચર્ય થશે. ગરીબી રેખા હેઠળ જીવતી કોઈ પણ વ્યક્તિ એ કરી શકે તેમ છે.

એ માણસે એવા મ્યુચ્યુઅલ ફંડમાં દૈનિક 3.57 ડૉલર જ રોકવાના રહે છે જે વાર્ષિક 12% વળતર આપતા હોય અને પછી તેને 40 વર્ષ સુધી બેવડાવતા રહેવા દેવાના છે. એ માણસ અવશ્ય લાખોપતિ બની જશે. સમય તો લાગશે, પણ કામ અવશ્ય થશે.

એ વાતને જરા જુદી રીતે વિચારો. દર ત્રણમાંથી એક અમેરિકાવાસી સિગરેટ તો પીવે જ છે. ફ્લોરિડામાં સિગરેટના એક પેકેટની કિંમત 3.57 ડૉલર જેટલી હોય છે. જો સિગરેટ પીનાર દરેક વ્યક્તિ 25 વર્ષની ઉંમરે સિગરેટ પીવાની છોડીને એ સિગરેટ પાછળ ખર્ચાતા રૂપિયા શેરબજારમાં રોકે, અને 40 વર્ષ સુધી તેને બેવડાવા દે, તો 65 વર્ષની ઉંમર સુધીમાં દર ત્રણમાંથી એક અમેરિકન લાખોપતિ બની જાય.

શું આ અદ્ભુત વાત નથી? તમે 25 વર્ષના હોવ, ત્યારે તમને કોઈએ આ સમજાવ્યું હોત, તો સારું હતું એવું તમને નથી લાગતું? જોકે 35 અને 45ની ઉંમરે પણ સામાન્ય માનવી આવી પાઈપલાઈન નાખી શકે છે. જોકે 55ની ઉંમર સુધી આવી રાહ જોનારા માણસ માટે એ કામ અશક્ય નહીં, પરંતુ અઘરું તો ખરું.

સૌથી મોટું જોખમ એટલે શેરબજારમાં રોકાણ ન કરવું

ઘણા લોકો હજુ પણ શેરબજારને જોખમી રોકાણ ગણે છે. અને, હા, અમુક શેર બરોબર નીચે પડતા હોય છે અને ક્યારેક આખું બજાર પણ 1929ની મંદીની જેમ ધોવાઈ જતું હોય છે.

પરંતુ, બધા જ રોકાણકારો એમ તો અવશ્ય કહેશે કે શેરબજારમાં રોકાણ કરવું એ જ સૌથી વધુ નફો રળતી પાઈપલાઈન નાખવાનો સૌથી સરળ અને સચોટ રસ્તો છે. આંકડા પણ એમ જ કહે છે. ન્યૂયોર્ક સ્ટોક એક્સચેંજનું અસ્તિત્વ 200થી વધારે વર્ષથી છે. અને તેના શેરના ભાવ સરેરાશ દર 3માંથી 2 દિવસ વધ્યા જ છે. બીજા વિશ્વયુદ્ધ પછી શેરબજારનું મૂલ્ય 71 ગણું વધ્યું છે. એ સમયગાળામાં નવ વાર મંદી આવી ગઈ છે, તેમ છતાં.

*'સ્ટોક્સ ફોર લૉંગ રન'*ના લેખક જેરેમી સિગલે લખ્યું છે કે 1802 થી 1997 સુધીના 195 વર્ષ દરમિયાન સોનામાં રોકેલો એક રૂપિયો 11.17

રૂપિયા થયો હોત. જો એ જ રૂપિયો શેરબજારમાં રોક્યો હોત, તો તે વધીને 75 લાખ રૂપિયા થઈ ગયા હોત !

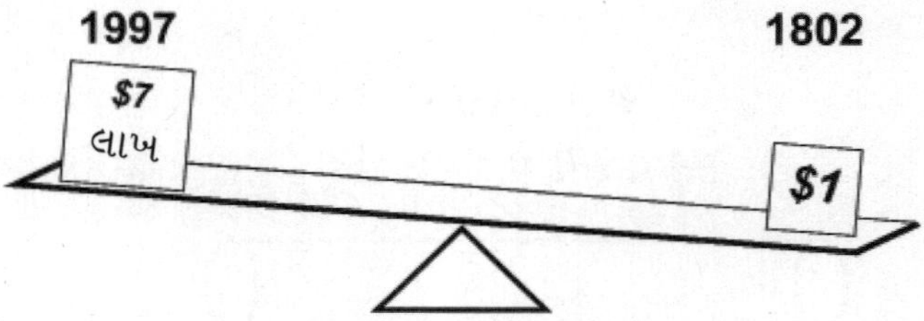

શેરબજાર

મુદ્દો એ છે કે 50 વર્ષવાળી પાઇપલાઇન નાખવી મહત્ત્વની જ છે, એમાં કોઈ શંકા નથી. ઘણા લોકો તો આવી એકથી વધારે 50 વર્ષવાળી પાઇપલાઇન પણ નાખતા જ હોય છે. તેમનું ઘર આવી જ એક લાંબા ગાળાની પાઇપલાઇન છે. પેન્શન યોજના એવી બીજી પાઇપલાઇન છે. બદનસીબે, મોટાભાગના લોકો આ બે વસ્તુ પર આવીને અટકી જતા હોય છે.

મોટાભાગના લોકોની
50-વર્ષની પાઇપલાઇન

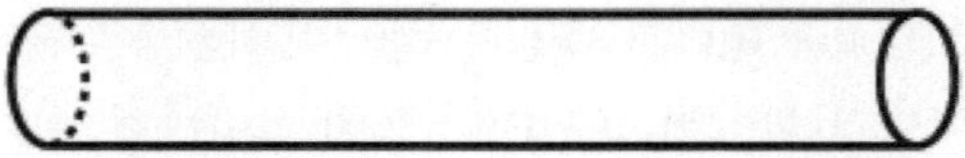

- *પેન્શન યોજના*
- *તેમનું ઘર*

ચતુર લોકો આ ઉપરાંત પણ મ્યુચ્યુઅલ ફંડ અને શેરબજાર જેવાં જાતભાતનાં રોકાણ કરીને આવી લાંબા ગાળાની પાઇપલાઇન નાખતા

રહેતા હોય છે. એ બધી પાઈપલાઈનો લાંબા ગાળે સારું વળતર આપતી હોય છે અને કોઈ પણ બુદ્ધિશાળી અને શિસ્તબદ્ધ માણસ તેમાં સરળતાથી રોકાણ કરી શકે છે.

ચતુર લોકોની
50-વર્ષની પાઈપલાઈન

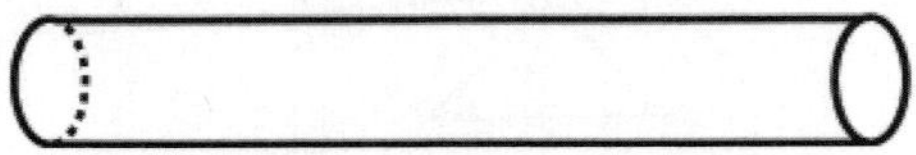

- પેન્શન યોજન
- પોતાનું ઘર

+

- અન્ય મિલકતમાં રોકાણ
- મ્યુચ્યુઅલ ફંડ
- શેર બજાર
- બોન્ડ
- ડિબેન્ચર

50-વર્ષની પાઇપલાઇનના ગેરફાયદા

મેં તમને 50-વર્ષની પાઈપલાઈનના ફાયદા તો જણાવ્યા. મુખ્ય ફાયદો એ કે કોઈ પણ માણસ તેમાં રોકાણ કરી શકે છે અને લાંબા ગાળે, એટલે કે 50 વર્ષે સરળતાથી લાખોપતિ બની શકે છે.

પરંતુ સમસ્યા એ છે કે મોટાભાગના લોકો આ પ્રકારની પાઈપલાઈનના ફાયદા અત્યારે જ મેળવવા માંગે છે. તેમને 20, 30, 40 કે 50 વર્ષ રાહ જોવી નથી.

હું પણ સ્વીકારું છું કે મારે અત્યારે જ જીવન માણવું છે, અડધી સદી પછી નહીં. હા, હું લાંબા ગાળાની પાઈપલાઈન નાખવામાં માનું છું.

ઘણી બધી એકસાથે નંખાઈ પણ રહી છે. તેમ છતાં અત્યારે પણ મને રૂપિયા બચાવવા કરતાં વાપરવામાં વધારે આનંદ આવે છે. રૂપિયાથી ખરીદી શકાય એવી ઘણી વસ્તુઓ મને ગમે છે. તમારામાં પણ આવી જ લાગણીઓ હશે, તેનો પણ મને વિશ્વાસ છે.

સુંદર રેસ્ટોરાંમાં સ્વાદિષ્ટ જમવાનું મને ગમે છે.

મારા કુટુંબ સાથે દેશ-વિદેશના પ્રવાસે જવું મને ગમે છે. આવા પ્રવાસમાં જ અમારા કુટુંબનાં શ્રેષ્ઠ સંભારણાં રહેલાં છે.

નવી ગાડીની અંદરથી આવતી સુગંધ પણ મને ગમે છે.

નાનકડી મઝદા ગાડીની જગ્યાએ મોટી મર્સિડીઝ ફેરવવી પણ મને ગમે છે.

નોકરીના સમય પછી અને શનિ-રવિ સિવાય પણ હું ઇચ્છું ત્યારે મારો ફોન વાપરી શકું, એ પણ મને ગમે છે.

અને નવી ફિલ્મ આવે અને મહિના પછી તેની ટિકિટો સસ્તી થાય તેની રાહ જોવાને બદલે તેની મોંઘામાં મોંઘી ટિકિટો ખરીદીને પહેલા જ દિવસે એ ફિલ્મ જોવી પણ મને ગમે છે.

એટલે એક વાત તમારે સમજી લેવાની જરૂર છે. લાંબા ગાળાની પાઇપલાઇન એ લોકો માટે છે જે પોતાની નિવૃત્તિ પછીનો સમય નિશ્ચિત બનીને ગાળવા ઇચ્છે છે. એટલે જ દરેકે 50-વર્ષની પાઇપલાઇનનું તો આયોજન કરવું જ જોઈએ.

પરંતુ હવે મનની વાત કરીએ. શું આવી પાઇપલાઇનનો લાભ મેળવવા તમે 50-વર્ષ રાહ જોવા સાચે જ તૈયાર છો? હું તો નથી. મારી નિવૃત્તિ પછીના સમયને સાચવી લેવા માટે જે પાઇપલાઇન નાખવી પડે, તેના માટે હું કુરબાનીઓ આપવા તૈયાર જ છું. પરંતુ એ માટે મારે કંઈ 50 વર્ષ સાધુની જેમ જીવવાની જરૂરત નથી.

મારે તો અત્યારે જ મારું જીવન માણી લેવું છે, કારણ કે હું અત્યારે જ યુવાન છું અને અત્યારે જ મારાં બાળકો પણ મારી સાથે છે. શરૂઆતમાં

જે સ્કૂબા ડાઈવરનો ટુચકો કહ્યો એ મુજબ મારાં સપનાં પૂરાં કરવા માટે હું 65 કે 70 વર્ષની ઉંમર સુધી રાહ જોવા નથી માંગતો. મને ખાતરી છે કે તમે પણ એમ જ વિચારતા હશો.

બંને બાજુ ફાયદો

મેં આગળ કહ્યું એમ, તમારે લાંબા ગાળાની એક પાઈપલાઈન તો નાખવી જ રહી. પરંતુ એવી માત્ર એક જ પાઈપલાઈનથી ચાલશે નહીં. બધાં જ ઈંડાં એક ટોપલીમાં ન રખાય, એ ન્યાયે તમારું બધું જ રોકાણ એક જ પાઈપલાઈનમાં ન હોવું જોઈએ.

એવા સમયે 5 વર્ષની પાઈપલાઈન કામ આવે છે. તેના વડે તમે માત્ર તમારા રોકાણમાં વૈવિધ્ય પણ લાવી શકો છો અને તમારાં મોટાં-મોટાં સપનાં પણ પૂરાં કરી શકો છો. તેના માટે તમારે 60 કે 70 વર્ષની ઉંમર સુધી રાહ પણ જોવી પડતી નથી. તમારા બંને હાથમાં લાડવા આવી શકે છે.

એના વિષે વિચારો. શું તમને 50 વર્ષને બદલે 5 વર્ષના અંતે આર્થિક રીતે સ્વતંત્ર થવું નહીં ગમે ? અલબત્ત, તમને ગમશે જ. શા માટે નહીં ગમે ?

એટલે જ હું તમને એવી ભલામણ પણ કરીશ કે 50-વર્ષની પાઈપલાઈનની સાથે-સાથે 5-વર્ષની પાઈપલાઈન પણ નાખવી જોઈએ.

બે પ્રકારની પાઈપલાઈન

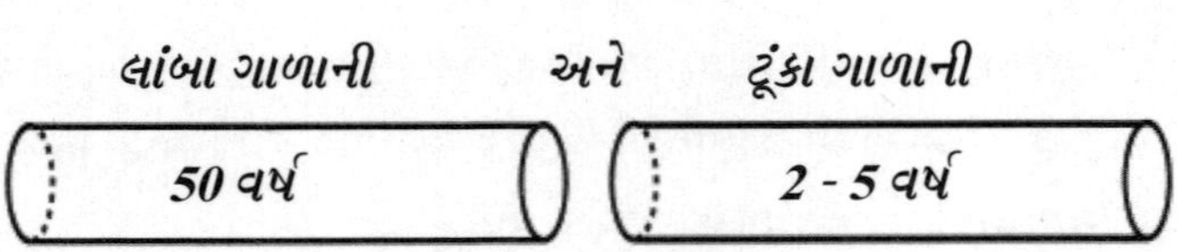

ઈ-પાઈપલાઈન, જે સૌથી શ્રેષ્ઠ પાઈપલાઈન છે, તે બેથી પાંચ વર્ષના ગાળામાં નાખી શકાય છે. તેમાં 50 વર્ષ લાગતાં નથી અને તેમાંથી નફો મળવામાં દસકો નહીં પરંતુ મહિનાઓ જ લાગે છે. તમે તમારા મુખ્ય કામ ઉપરાંતના સમયમાં આવી પાઈપલાઈન નાંખવાનું શરૂ કરી શકો છો, નોકરી પછીના સમયમાં અને શનિ-રવિમાં. ધીમે-ધીમે તેના દ્વારા એટલી આવક થવા માંડે છે કે તેને તમે મુખ્ય કામ તરીકે અપનાવી શકો છો.

વિચારો – આ ઈ-પાઈપલાઈન વડે તમે 50-વર્ષની પાઈપલાઈનના દસમા ભાગના સમયમાં તાડના ઝાડની ટોચે પહોંચી શકો છો. અને સૌથી મહત્ત્વની વાત તો એ છે કે આ 5-વર્ષની પાઈપલાઈન નાખવામાં તમારે કોથળા ભરીને રૂપિયા પણ રોકવાના નથી. તમારે તો માત્ર તમારા સમય અને સંબંધોનો જ લિવર તરીકે ઉપયોગ કરવાનો છે.

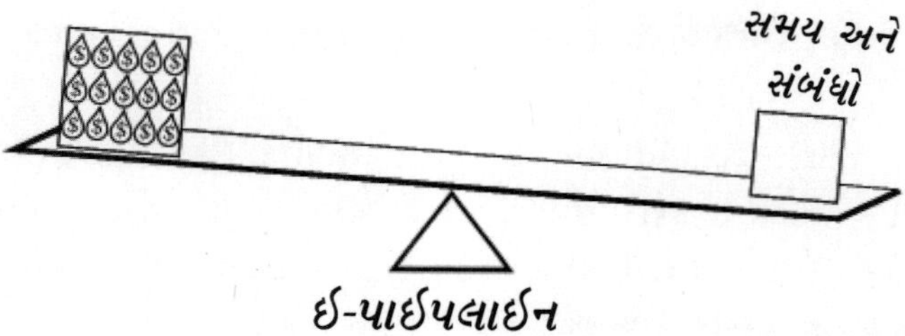

આજે જીવન માણો, કાલનું આયોજન કરો

વર્ષો પહેલાં મારા પિતાજીએ મને એક અદ્‌ભુત સલાહ આપી હતી. તેમણે કહ્યું હતું, "આજે જીવન માણો, કાલનું આયોજન કરો." હું આ શબ્દો ક્યારેય ભૂલ્યો નથી અને મારાં બાળકોને પણ હું અવારનવાર એમ જ કહેતો રહું છું.

એટલે જ 50-વર્ષની પાઈપલાઈનની સાથે સાથે 5-વર્ષની પાઈપલાઈન નાખવાની સલાહ મને એકદમ યોગ્ય લાગે છે.

ઈ-પાઈપલાઈન, જે શ્રેષ્ઠ પાઈપલાઈન છે અને 5 વર્ષમાં જ નખાઈ શકે છે, તેના વડે તમે આજને માણી શકશો. તમને તમારી મહેનતનાં ફળ અમુક જ મહિનામાં મળવા માંડશે. જ્યારે 50-વર્ષની પાઈપલાઈનથી તમે કાલનું આયોજન પણ કરી શકશો. એટલે જ હું બધાને લાંબા ગાળાની અને ટૂંકા ગાળાની પાઈપલાઈન એકસાથે નાખવાની સલાહ આપતો હોઉં છું.

સફળતાની પાઈપલાઈન, જીવનની લાઈફલાઈન

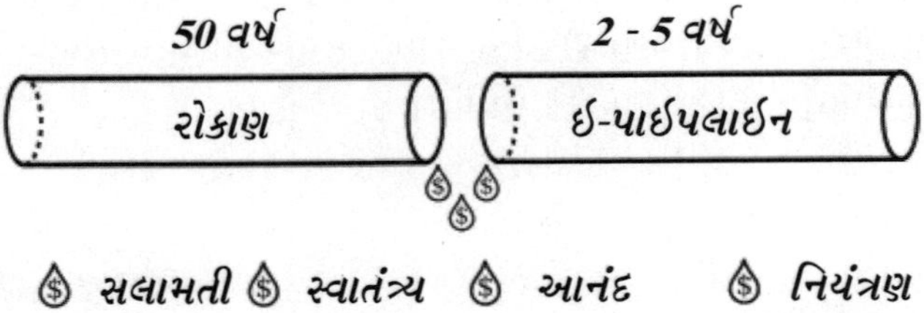

જ્યારે મારા પિતાજીએ મને સલાહ આપી કે "આજે જીવન માણો, કાલનું આયોજન કરો" ત્યારે તેઓ એમ કહેવા માંગતા હતા કે "પાઈપલાઈન જ તમારી લાઈફલાઈન છે. એટલે ડોલ ઊંચકનારને બદલે પાઈપલાઈન નાખનાર બનજે."

અત્યંત ઉત્તમ સલાહ છે, પિતાજી. અત્યંત ઉત્તમ.

ઉપસંહાર

ઉપસંહાર

સફળતાની પાઇપલાઇન, જીવનની લાઇફલાઇન

વર્ષ 2001, સિલિકોન વેલી, અમેરિકા

હમણાંની જ વાત છે. આખી દુનિયામાં વીજળી અને પાણીની સુવિધા પૂરી પાડતી એક વિખ્યાત કંપની સિસ્ટર્ન ઇન્ટરનેશનલમાં બે યુવાન અને મહત્ત્વાકાંક્ષી પિતરાઈઓ કામ કરતા હતા, જેમનું નામ હતું પોલ અને બ્રુસ.

એ બંને ઘનિષ્ઠ મિત્રો પણ હતા.

અને બંનેનાં સપનાં બહુ જ ઊંચાં હતાં.

આર્થિક રીતે સ્વતંત્ર કઈ રીતે બની શકાય એ અંગે બંને મિત્રો સતત ચર્ચા કરે રાખતા હતા. બંને જણા તેજસ્વી અને મહેનતુ તો હતા જ. તેમને માત્ર યોગ્ય તકની જ રાહ હતી.

અને એક દિવસ તેમને એ તક મળી પણ ખરી. કંપનીએ નક્કી કર્યું કે તે બંને મિત્રોની નિમણૂક સિસ્ટર્ન કંપનીના વર્લ્ડવાઈડ સોફ્ટવેર ડિવિઝનમાં સિનિયર મેનેજર તરીકે કરશે. તેમનો માસિક પગાર પણ જેટલો હતો તેનાથી બેવડો કરી દેવામાં આવશે.

"આપણું સપનું હવે સાચું પડશે !" બ્રુસે આનંદથી કહ્યું, "મને તો આપણા સદ્‌નસીબ પર વિશ્વાસ જ થતો નથી."

જોકે પોલ કંઈક અલગ રીતે વિચારતો હતો.

પહેલા જ દિવસની 10 કલાકની નોકરીના અંતે, સોફ્ટવેરમાં સુધારા-વધારા કરીને પોલની કમર દુખતી હતી અને તેની આંગળીઓનાં ટેરવાંમાં લબકારા મારતા હતા. તેના હાથ નીચે 50 માણસો કામ કરતા હતા. તેમાંના મોટાભાગના લોકોનું વલણ સહકારયુક્ત નહોતું અને ભાગ્યે જ કોઈની મહત્ત્વકાંક્ષા પણ ઊંચી હતી. આ કામમાં તો આખી દુનિયાની ઑફિસોમાં પણ જવું પડે તેમ હતું, જ્યાં ઘણી વાર તો મહિનાઓ સુધી રોકાવું પણ પડે. તેમનો બોસ પણ અસભ્ય અને મનમોજી હતો અને લોકો પાસે વધુમાં વધુ કામ કરાવવામાં જ માનતો. બીજા દિવસે સવારે જ તેને નોકરીએ જવાની અનિચ્છા થવા માંડી. તેણે મનોમન નક્કી કર્યું કે તે કમાવા અને જીવવાનો વધારે સારો રસ્તો અવશ્ય શોધશે.

પાઇપલાઇન નાખનારો પોલ

“બ્રુસ, મેં એક યોજના વિચારી છે,” બીજા દિવસે સવારે પોતાનું કામ શરૂ કરતા પહેલાં પોલે બ્રુસને કહ્યું.

“આપણે હિટલર જેવા બોસની નીચે કામ કરી રહ્યા છીએ અને જેમને કોઈ મહત્ત્વકાંક્ષા જ નથી, એવા માણસોને ડફણાં મારી મારીને આપણે કામ કરાવવાનું છે, અને એના બદલે દર મહિને પગાર મળે છે. મને તો આ બધી સમયની બરબાદી જ લાગે છે. એના કરતાં આપણે ઈન્ટરનેટનો ઉપયોગ કરીને એવું કંઈક કરીએ કે જેમાંથી સતત આવક થતી રહે.”

“આ પ્રકારની નોકરી એટલે તો દાડિયા જેવું કામ થઈ ગયું,” પોલે કહ્યું.

“તમે એક દિવસ મજૂરી કરો તો એક દિવસનો પગાર મળે. જો માંદા પડ્યા કે નોકરી જ છૂટી ગઈ, તો આપણી આવકનું શું?”

નોકરી

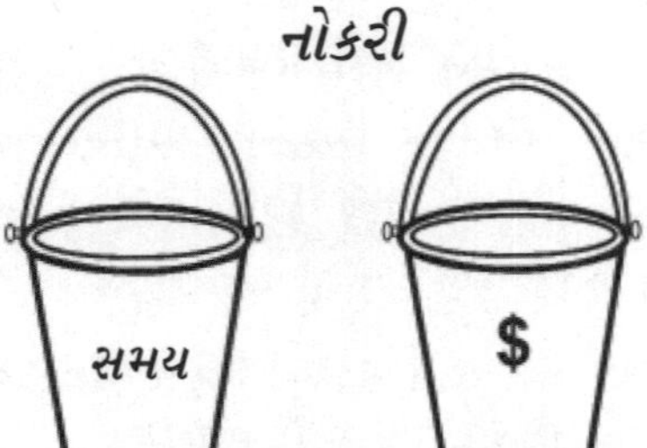

1 દિવસની મજૂરી = 1 દિવસનો પગાર

"આપણે કંઈક એવું કરવું પડે કે જેમાંથી સતત આવક થતી રહે. જેમ કે પાણીની પાઈપલાઈન નાખવી. એક જ વાર કામ કરવાનું અને વારંવાર તેની આવક થતી રહે. બ્રુસ આપણે, ડોલ ઊંચકનારા દાડિયા મજૂરના બદલે પાઈપલાઈન નાખનારા માણસની જેમ વિચારવાનું શરૂ કરવું પડશે."

પાઈપલાઈન

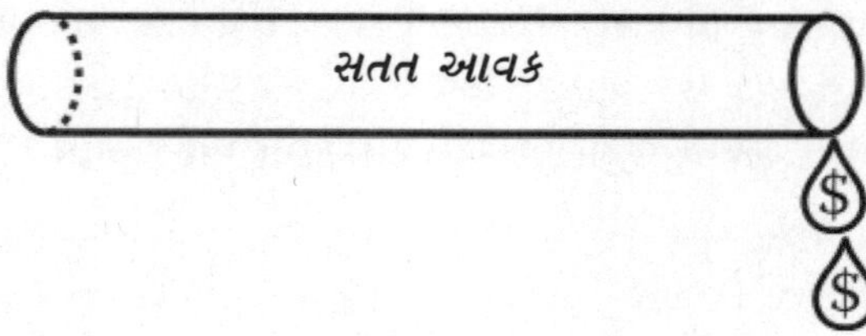

"મારા હાથ નીચે કામ કરતો એક માણસ અત્યારે મને ઈન્ટરનેટ પર આવી જ એક પાઈપલાઈન નાખવામાં મદદ કરી રહ્યો છે. એ તેને સર્વોત્તમ પાઈપલાઈન કહે છે, કારણ કે તેમાં ઈ-કોમર્સની પહોંચ છે અને બેવડાવતા રહેવાનું ગણિત પણ છે. અને આ પાઈપલાઈન મારો ધંધો છે એટલે કે હું તેનો માલિક છું. હું ઘરેથી જ કામ કરું છું. તેમાં કોઈ વિશેષ રોકાણ નથી કરવાનું. કોઈ માણસ રાખવાની જરૂર નથી. હાજરી પૂરવાની પણ જરૂર નથી કે માલ ભરી રાખવાની પણ જરૂર નથી. એકદમ સીધું અને સરળ છે. બધું જ કામ ઈન્ટરનેટ ઉપર જ થાય છે. અને તેમાંથી ભવિષ્યમાં સતત આવક પણ થતી રહેશે."

શ્રેષ્ઠ પાઈપલાઈન

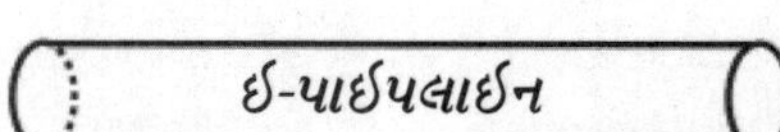

- કોઈ બોસ નહીં
- સલામતી
- સ્વાતંત્ર્ય
- ધંધાના માલિક
- કોઈ નોકરિયાત નહીં
- હાજરી પૂરવાની નહીં
- માલ ભરવાનો નહીં
- કોઈ રોકાણ નહીં

બ્રુસનું મગજ એકદમ ચકરાઈ ગયું.

"ઈન્ટરનેટ પર નંખાયેલી પાઈપલાઈન ? આવું કોઈએ સાંભળ્યું પણ નથી !" બ્રુસે ઊંચા અવાજે કહ્યું.

"આપણી નોકરી આટલી સરસ છે," બ્રુસે ભારપૂર્વક કહ્યું, "એ છોડવાની મૂર્ખામી કરવા જેવી નથી. આપણી નોકરી એકદમ સલામત છે અને એમાં ઘણા બધા લાભ પણ છે."

"આપણને શનિ-રવિ રજા મળે છે. દર વર્ષે બે અઠવાડિયાં ચાલુ પગારે વૅકેશન મળે છે. આપણું જીવન બરોબર ગોઠવાઈ ગયું છે. તારી પાઈપલાઈનના સપનાં ભૂલી જા અને નોકરીમાં ધ્યાન આપ !"

જોકે પોલ એમ કંઈ સરળતાથી નિરાશ થનારો માણસ નહોતો. તેણે બહુ ધીરજપૂર્વક પોતાના મિત્રને પોતાનું આયોજન સમજાવ્યું. પોલ દિવસ દરમિયાન નોકરી ચાલુ રાખવાનો હતો. સાંજ અને શનિ-રવિ જે સમય મળે, તેનો ઉપયોગ કરીને તે ઈન્ટરનેટ પર પોતાની પાઈપલાઈન નાખવાનો હતો.

પોલ એમ પણ સમજતો હતો કે તેની પાઈપલાઈનમાંથી પૂરતો નફો આવવાની શરૂઆત થતાં એકથી બે વર્ષ જેટલો સમય તો લાગશે જ. પરંતુ ધંધા અને જીવનની માલિકી પોતાની હોવી જોઈએ, એ સપનામાં પોલને પૂરો વિશ્વાસ હતો. તેણે એ કામ કરવાનો દૃઢ નિર્ધાર કરી લીધો હતો.

ટીંપે ટીંપે સરોવર ભરાય

દરરોજ સાંજે અને શનિ-રવિમાં બ્રુસ પબ અને રેસ્ટોરામાં જઈને મજા કરતો જ્યારે એ જ સમયનો ઉપયોગ કરીને પોલ પોતાની પાઈપલાઈન નાખવા મહેનત કરતો રહેતો.

શરૂઆતના થોડાક મહિના તો પોલને પોતાના પ્રયત્નોનું ખાસ વળતર પણ દેખાતું નહોતું. ઈન્ટરનેટ આધારિત પાઈપલાઈનવાળી વાત તેના માટે પણ નવી જ હતી. તેણે એક નવી જ પદ્ધતિ શીખવી પણ પડી અને બીજાને શીખવાડવી પણ પડી. તે દરરોજ પોતાના ગુરુ સાથે, એટલે

કે જેની પાસેથી તે આ વ્યવસાય શીખી રહ્યો હતો, તેની સાથે વાત કરતો. શનિ-રવિમાં નવું-નવું શીખવા માટે જરૂરી તાલીમ શિબિરોમાં પણ હાજરી આપતો. ગુરુ દ્વારા સૂચવવામાં આવેલા અને પોતાના વિકાસમાં મદદરૂપ થાય તેવાં પુસ્તકો તે વાંચતો અને એવી ઓડિયો ટેપ્સ પણ સાંભળતો રહેતો.

ધીમે-ધીમે પોલનાં કૌશલ્યો વધતાં ગયાં. લોકો સાથે કઈ રીતે અસરકારક વાત કરવી, તે તેને બરોબર આવડ્યું. લોકોને તેમનાં સપનાં અંગે કઈ રીતે વાતો કરતા કરવા, તે પણ તેને આવડ્યું. કોઈનો વિરોધ હોય, તો બધાનું સન્માન સાચવીને તેનો ઉત્તર કઈ રીતે આપવો, તે પણ તેને આવડ્યું. પોતાનું શ્રેષ્ઠ કઈ રીતે બહાર લાવવું, તે બીજાને શીખવતાં પણ તેને આવડી ગયું. ધીમે ધીમે તેનો આત્મવિશ્વાસ વધતો ચાલ્યો. તેને મળેલી તક અને તેના નવા ધંધામાં પણ તેને વિશ્વાસ વધતો ચાલ્યો. આમ તો આ આખું ક્ષેત્ર જ પોલ માટે નવું હતું પરંતુ જેમ જેમ તેનું જ્ઞાન અને આત્મવિશ્વાસ વધતો ચાલ્યો, તેમ તેમ તેની ઈન્ટરનેટની પાઈપલાઈન પણ વિકસતી ગઈ.

પોલ પોતાની જાતને સતત એક વાત યાદ અપાવે રાખતો કે આવતી કાલનાં સપનાં આજના બલિદાનથી જ પૂરા થાય છે. ટીંપે ટીંપે સરોવર ભરાય, એમ પોલે પણ ધીમે ધીમે પોતાની ઇ-પાઇપલાઇન નાખવા માંડી.

"જો મને મારા સપનામાં પૂરો વિશ્વાસ હોય, તો બધી જ મુશ્કેલીઓનો ઉપાય નીકળશે !" કોઈ પણ નવા ક્લાયન્ટને ફોન કરવા માટે તે રિસિવર ઉપાડતો, ત્યારે આ વાત તે પોતાની જાતને કહેતો.

"નાના-નાના પણ નિયમિત રોકાણથી જ લાંબા ગાળે આવક ઊભી થાય છે !" એમ વિચારીને તે પોતાના માટે દૈનિક અને સાપ્તાહિક લક્ષ્યાંકો નક્કી કરતો. તે જાણતો હતો કે એક સમય પછી આ બધા પ્રયત્નોનું જ્યારે વળતર મળવાનું શરૂ થશે, ત્યારે તે વળતર તેની અપેક્ષાથી પણ વધારે હશે.

"લક્ષ્ય પર નજર રાખ !" જ્યારે કોઈ ઓડિયો ટેપ સાંભળતાં સાંભળતાં તેને ઝોકું આવી જતું ત્યારે તે પોતાની જાતને યાદ અપાવતો.

"લક્ષ્ય પર નજર રાખ !"

ભાગ્યપલટો

દિવસોની જેમ મહિના પણ વીતતા ગયા.

એક દિવસ પોલને ખ્યાલ આવ્યો કે તેની ઈ-પાઈપલાઈનમાંથી જે આવક થઈ રહી છે, તે તેના માસિક પગાર જેટલી છે. તેમ છતાં પોલે પોતાની નોકરી છોડી નહીં અને પોતાની ઈ-પાઈપલાઈનમાં પણ તે વધારે મહેનત કરવા માંડ્યો. તેને હવે ખ્યાલ આવી ગયો હતો કે તેની ઈ-પાઈપલાઈનની આવક થોડાક જ મહિનામાં તેની નોકરીના પગાર કરતાં પણ વધી જવાની હતી.

બપોરે જમવાના સમયે પોલ જોતો કે તેનો પિત્રાઈ બ્રુસ વારાફરતી બધા લોકો જોડે વાતો કરતો રહેતો. દરરોજ ડોલ ઊંચકવાની અસર તેના પર દેખાવા માંડી હતી. બોસ દ્વારા દરરોજની હેરાનગતિ, ફટાફટ એક પછી એક કામ પૂરાં કરવાની લ્હાય અને દર મહિને કોને-કોને નોકરીમાંથી કાઢવામાં આવશે, તેની ચિંતા – આ બધાની ચિંતા બ્રુસ પર દેખાઈ આવતી હતી.

શનિ-રવિમાં તે ઘણીબધી વાર રાજીનામું લખતો પણ તે ક્યારેય એ રાજીનામું મોકલી શકતો નહીં, કારણ કે તેણે દર મહિને ગમે તેમ કરીને પોતાનો ખર્ચો તો કાઢવો જ પડતો અને માસિક પગાર વિના તેનો છૂટકો નહોતો. હવે તેને ફસાઈ ગયાની લાગણી થતી હતી. મનોમન તે ધૂંધવાતો રહેતો હતો. તે અવારનવાર રાજીનામું લખતો. પછી તેનો ડૂચો વાળીને તે કચરાપેટીમાં પણ નાખી દેતો.

ભવિષ્યમાં એક દિવસ

નોકરીમાંથી રાજીનામું

છેવટે, પોલના જીવનમાં સોનાનો સૂરજ ઊગ્યો. તેને સિસ્ટર્ન કંપનીમાંથી જે પગાર મળતો હતો તેનાં કરતા ઈ-પાઈપલાઈનની તેની આવક વધી ગઈ. તેની પત્નીએ પગારના ચેક અને ઈ-પાઈપલાઈનના ચેકની કલર

કોપી બનાવીને એક ફોટોફ્રેમમાં મઢાવી. તેણે જ્યારે આ ફોટોફ્રેમ પોતાના ઇ-પાઈપલાઈનવાળા મિત્રોને બતાવી ત્યારે બધાએ તાલીઓ પાડીને તેનું અભિવાદન કર્યું અને પોલની આંખો પણ ખુશીથી ચમકી ઊઠી.

સિસ્ટર્ન કંપનીમાં એકમાત્ર પોલને જ બોસ ડરાવી કે ધમકાવી શકતા નહીં. પોતાની પાઈપલાઈનની આવકને કારણે પોલ એકદમ સ્વતંત્ર હતો. તેના કારણે જ પોલના આત્મવિશ્વાસમાં વધારો થતો. બોસ ક્યારેક ગુસ્સે થાય, તો પોલ બહુ શાંતિથી તેમને સંભાળી લેતો. તે તેમની આંખોમાં એકદમ આત્મવિશ્વાસપૂર્વક જોઈ રહેતો અને બોસ સમજી જતા.

“બૂમો પાડવાની કોઈ જ જરૂર નથી,” પોલ દૃઢતાપૂર્વક કહેતો. “હું તમારી સામે જ ઊભો છું. જો આપણે શાંતિથી ચર્ચા કરીએ તો વધારે અસરકારક ચર્ચા થઈ શકશે, એમ તમને નથી લાગતું ?”

એ જે રીતે બોસને સંભાળી લેતો એ જોઈને ઑફિસમાં બધા પોલને સિંહ પાળનારો માણસ કહેવા માંડ્યા. પરંતુ પોલ જાણતો હતો કે એ કંઈ પોતાના બોસને પાળી નથી રહ્યો. પોલ તેમની આંખોમાં આંખો મિલાવીને વાતો કરી શકતો હતો, કારણ કે બોસ જાણતા હતા કે પોલનું જીવન તેના પગાર પર આધારિત નથી.

એક સાંજે પોલે પોતાની ઘરે બનાવેલી ઑફિસમાં બેસીને આ મુજબ પત્ર લખ્યો.

પ્રિય બોસ,

હું તમને આ પત્ર દ્વારા એમ જણાવવા ઇચ્છું છું કે હું સિસ્ટર્ન ઈન્ટરનેશનલમાંથી તાત્કાલિક અસરથી રાજીનામું આપી રહ્યો છું.

આ કંપનીમાં મેં ઘણા આનંદપૂર્વક કામ કર્યું છે, પરંતુ હવે તમને એ જણાવતાં મને ખેદ થાય છે કે આ કંપનીને હવે હું પોષાઈ શકું એમ નથી.

સ્વાતંત્ર્યપૂર્વક,

ઇ-પાઈપલાઈનવાળો પોલ

રાજીનામાનો કાગળ વાળીને એક પરબીડિયામાં મૂકતાં પોલને અદ્ભુત મુક્તિનો અનુભવ થઈ રહ્યો હતો. તે ભવિષ્ય અંગે આશા અને આનંદપૂર્વક વિચારવા લાગ્યો. પોલ જાણતો હતો કે તેણે ઇ-પાઇપલાઇન વડે જે સિદ્ધ કર્યું છે, એ તો તેના મોટા સપનાનું હજુ પહેલું જ પગથિયું છે.

પોલનું આયોજન સિસ્ટર્ન ઇન્ડસ્ટ્રીથી પણ ઘણું વિશાળ હતું.

પોલ આખા નોર્થ અમેરિકામાં, અને છેવટે આખી દુનિયામાં, આ ઈ-પાઈપલાઈન નાખવા ઈચ્છતો હતો.

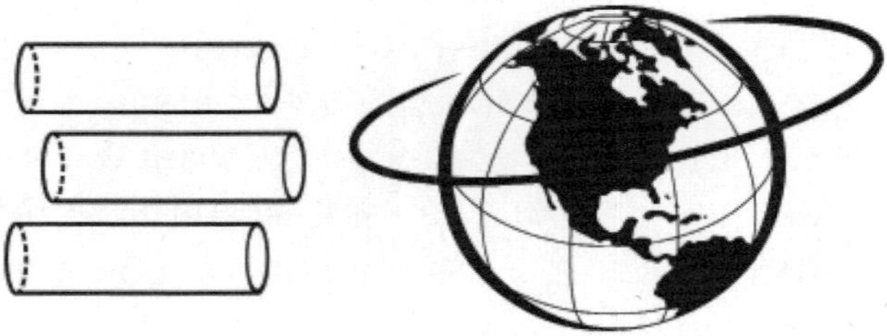

પોતાના મિત્રની મદદે

પોલનો ઇ-પાઇપલાઇનનો ધંધો તો વધતો જ ચાલ્યો. તે આટલો ખુશ અને સુખી ક્યારેય નહોતો. જોકે તે જે કંપનીમાં કામ કરતો હતો, તે કંપનીના તેના ભૂતપૂર્વ સહકાર્યકરો અંગે તેમ કહી શકાય તેવું નહોતું. કંપનીમાં ધીમે-ધીમે બધું જ ડિજિટલાઈઝેશન થઈ રહ્યું હતું એટલે દરેક વિભાગમાં કામ કરતા લોકોની સંખ્યા કંપની ધીમ-ધીમે ઘટાડી રહી હતી.

વધારે પગાર હોવાને કારણે કંપનીએ સૌ પ્રથમ બ્રુસને જ રુખસદ આપી. બ્રુસ પોતાના મિત્રો અને પરિચિતોને કામ માટે વિનંતી કરતો, એ જોઈને પોલને ખરેખર દુ:ખ થતું. એટલે એક દિવસ તે બ્રુસને મળવા ગયો.

“બ્રુસ, હું તારી મદદ માંગવા આવ્યો છું.”

બ્રુસના ઝૂકેલા ખભ્ભા સીધા થયા અને તેની કાળી આંખો ઝીણી કરીને તેણે પોલ સામે જોયું.

"મારી મજાક ના કરીશ," બ્રુસે કહ્યું.

"હું તારી મજાક કરવા નથી આવ્યો," પોલે કહ્યું. "હું તો તને ધંધાની તક આપવા આવ્યો છું. હું સિસ્ટર્નમાંથી રાજીનામું આપી શકું, તેટલું ઇ-પાઇપલાઇનમાંથી કમાતાં મને બે વર્ષ લાગ્યાં છે. પરંતુ એ બે વર્ષમાં હું ઘણું બધું શીખ્યો છું. આ ઇ-પાઇપલાઇન નાખવાની ઉત્તમ રીત હવે હું જાણું છું. કઈ રીતે લોકો જોડે વાત કરવી, કઈ રીતે ટીમ બનાવવી, અને કઈ રીતે ધંધો વિકસાવવો, એ બધું હું બરોબર સમજ્યો છું. મેં એક એવી પદ્ધતિ વિકસાવી છે કે જેના વડે મારા ભાગીદારો એક પછી એક, આવી ઇ-પાઇપલાઇનો નાખતા જ જશે.

પાઇપલાઇન નાખવાની પદ્ધતિ

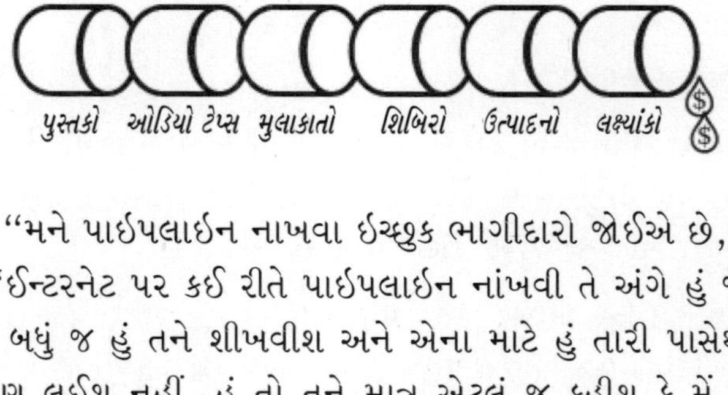

"મને પાઇપલાઇન નાખવા ઇચ્છુક ભાગીદારો જોઈએ છે," પોલે કહ્યું, "ઈન્ટરનેટ પર કઈ રીતે પાઇપલાઇન નાંખવી તે અંગે હું જે જાણું છું, એ બધું જ હું તને શીખવીશ અને એના માટે હું તારી પાસેથી એક પૈસો પણ લઈશ નહીં. હું તો તને માત્ર એટલું જ કહીશ કે મેં તને જે પદ્ધતિ શીખવાડી, એ તું બીજાને શીખવાડ અને એ લોકો પછી અન્યોને શીખવાડતા રહે, એનું ધ્યાન રાખ. એમ કરતાં કરતાં આપણે આખા અમેરિકામાં અને છેવટે આખી દુનિયામાં આવી ઇ-પાઇપલાઇન બિછાવી દઈશું."

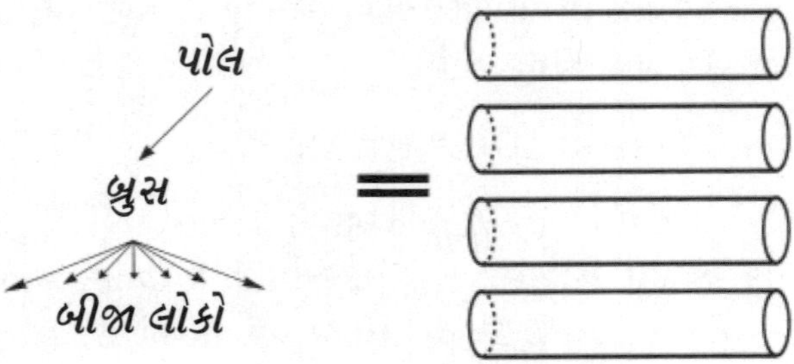

"જરા વિચાર," પોલે કહ્યું, "આપણી પાઈપલાઈનના માધ્યમથી જે પણ વેપાર થશે, એ બધામાંથી આપણને અમુક ટકા મળશે. આપણી પાઈપલાઈન દ્વારા જેટલો વધારે ધંધો થશે, તેટલી વધારે આપણી આવક થશે. મેં જે પાઈપલાઈન બનાવી છે, એનાથી મારું સપનું પૂરું નથી થતું, શરૂ થાય છે."

બ્રુસને છેવટે આખી વાત સમજાઈ. તેણે પોતાના પિત્રાઈ સાથે સસ્મિત હાથ મિલાવ્યા. બંને ભરતમિલાપની જેમ ભેટી પડ્યા.

ઉપકારનો બદલો

વર્ષો વીતી ગયાં. પોલ અને બ્રુસ તો ઘણા સમયથી નિવૃત્ત થઈ ગયા છે. આખી દુનિયામાં ફેલાયેલી તેમની ઇ-પાઈપલાઈન હજુ પણ દર વર્ષે તેમના ખાતામાં લાખો ડૉલર ઠાલવતી રહે છે.

બંને મિત્રો આખી દુનિયામાં ઘણા અદ્‌ભુત સ્થળોએ ફરી આવ્યા છે. એક દિવસ બ્રુસે પોલને ભોજન માટે આમંત્રણ આપ્યું. તે કંઈક સારા સમાચાર પણ આપવા ઈચ્છતો હતો.

"પોલ, વર્ષો પહેલાં, તેં મને તારા ઇ-પાઈપલાઈનના ધંધામાં ભાગીદાર બનાવીને એક અદ્‌ભુત ભેટ આપી હતી. એના કારણે તો મારું આખું જીવન જ બદલાઈ ગયું છે. કેટલાંય વર્ષોથી હું વિચારી રહ્યો છું કે તારા આ ઉપકારનો બદલો કઈ રીતે વાળું. એટલે જ આજે મેં તને આમંત્રણ આપ્યું છે. આજે હું તને કંઈક ભેટ આપવા માગું છું."

પછી બ્રુસે પોલના હાથમાં એક પરબીડિયું મૂક્યું. તેમાં ઈટલીની બે બિઝનેસ ક્લાસની ટિકિટો હતી.

ઈટલીની 2 ટિકિટો

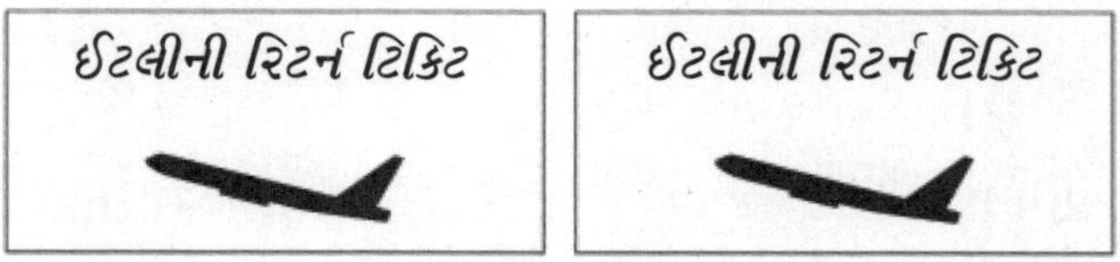

"પણ તારે એવું કંઈ કરવાની જરૂર..." પોલે કહ્યું પણ બ્રુસે તેને અધવચ્ચે જ અટકાવ્યો.

"અત્યારે મને બોલવા દે," બ્રુસે કહ્યું, "આપણે નાના હતા ત્યારથી આપણા મા-બાપ આપણને કહેતાં આવ્યાં છે કે આપણે મૂળ ઈટલીના જ છીએ. એટલે મેં ઈન્ટરનેટ પર બહુ ખાંખાખોળાં કર્યાં અને શોધી કાઢ્યું કે આપણાં બંને કુટુંબોના મૂળ ઈટલીના એક નાનકડા ગામમાં રહેતા બે પિતરાઈઓના કુટુંબમાં રહેલાં છે."

"પોલ, હું તને ભેટ આપવા માગું છું," બ્રુસે વાત ચાલુ રાખી. "આપણે એ ગામની મુલાકાત લઈશું. આપણે ગામના એ કુંડની પણ મુલાકાત લઈશું જેમાં આપણા દાદાના દાદાના દાદાને ડોલ વડે પાણી ભરવાની નોકરી આપવામાં આવી હતી. ત્યાં આપણે માથું ટેકવીને આપણા પૂર્વજોનો આભાર પણ માનીશું, કારણ કે તેમણે જ પાઈપલાઈન નાખવાની શરૂઆત કરી હતી જેના પ્રતાપે અત્યારે આપણને ઘરે બેઠાં પાણી મળે છે."

જીવનચક્રની ન્યારી ગતિ

પોલ પોતાના પિતરાઈને આશ્ચર્યથી તાકી રહ્યો. પછી તેણે બ્રુસના બંને હાથ પોતાના હાથમાં લીધા અને કહ્યું, "મારી એક વિનંતી તો તારે સાંભળવી જ પડશે. શું તું જવાની તારીખ આવતા અઠવાડિયાના બદલે આવતીકાલની કરાવી શકીશ?"

* * *

બે અઠવાડિયાં પછી...

રોમના ઍરપોર્ટ પર ઘણી ભીડ હતી. ઈટલીમાં બે અદ્ભુત સપ્તાહ વિતાવ્યાં પછી પોલ અને બ્રુસ અમેરિકા પાછા ફરી રહ્યા હતા. તેઓ પોતાના પૂર્વજના ગામની ગલીઓમાં ફર્યા હતા. તેમના પેઢીઓથી ભુલાઈ ગયેલા ઘણા બધા સગાઓને શોધીને તેમના ઘરે જમ્યા પણ હતા.

એ પ્રવાસ આખું જીવન તેમને યાદ રહેવાનો હતો. બંનેને આ પ્રવાસથી અત્યંત આનંદ થયો હતો અને તેઓ જાણે પોતાના મૂળ સાથે જોડાઈ ગયા હોય તેમ લાગતું હતું. તેઓ ઍરપોર્ટના ટર્મિનલમાં બાજુ-બાજુમાં બેઠાં-બેઠાં એક જ પુસ્તક વાંચી રહ્યા હતા. અવારનવાર બંને એકબીજાના પુસ્તકના અમુક ફકરા બતાવતા.

"હે ભગવાન, ફરી વાર મારી ફ્લાઈટ કેન્સલ થઈ," આગળ બેઠેલા એક માણસે કહ્યું. "મને લાગે છે કે આ ઍરપોર્ટ પર જ મારું જીવન પૂરું થઈ જશે."

"અરે, એ ફ્લાઈટમાં તો અમારે પણ જવાનું છે," પોલે બધી ફ્લાઈટોના સ્ટેટસ જોતાં કહ્યું, *"કેન્સલ જ થઈ છે. હવે શું કરીશું?"*

પોલે પોતાના મિત્ર સામે જોયું. બ્રુસ પોલ સામે જોઈને હસી પડ્યો.

"હું જે વિચારી રહ્યો છું, એ જ તું પણ વિચારી રહ્યો છે ને?" બ્રુસે હસતાં હસતાં પૂછ્યું.

"અરે! તું પણ હું વિચારી રહ્યો છું, એ જ વિચારી રહ્યો છે?" પોલે પણ હસતાં હસતાં પૂછ્યું.

"એમ લાગે છે કે આપણે એક અઠવાડિયું વધારે રોકાવું પડશે!"

બંનેએ એકસાથે બૂમ પાડી અને કૂદકો મારીને એકબીજાને તાલી આપી.

પેલો માણસ આ બંનેને એવી રીતે જોઈ રહ્યો જાણે કે આ બંને મિત્રો પરગ્રહવાસી હોય.

"તમે બંને જણા આટલા ખુશ કેમ થાવ છો ?" તેણે સાશ્ચર્ય પૂછ્યું. "હું બે દિવસથી આ ઍરપોર્ટ પર ફસાઈ ગયો છું. બીજા વર્ષે પણ હું મારી પુત્રીના જન્મદિવસની ઉજવણીમાં ગેરહાજર હોઈશ. પાછલા મહિનામાં હું એટલા બધા અલગ-અલગ ટાઈમઝોનમાં ફર્યો છું કે આજે કયો વાર છે, એ પણ મને ખ્યાલ નથી આવતો. અને હજુ કંઈ બાકી હોય, તો સાંભળો. આ વર્ષના મારા નોકરીના ટાર્ગેટ પૂરા નહીં થાય કારણ કે હું જે ક્લાયન્ટને મળવા આવ્યો હતો, તે લુચ્ચો નીકળ્યો. તે પૈસા ચૂકવવા તૈયાર જ નથી."

"અમે દિલગીર છીએ," બ્રુસે કહ્યું, "અમને તારા પ્રત્યે સહાનુભૂતિ છે. એક સમયે અમારી હાલત પણ કંઈક આવી જ હતી, બરોબરને પોલ ?"

"હા, આવી જ હતી," પોલે કહ્યું, "અમે સતત તણાવમાં જ રહેતા. થાકીને લોથપોથ થઈ જતા. ઊંઘી શકતા નહીં. તું જે પણ ખરાબ પરિસ્થિતિનો વિચાર કરી શકે છે, એ બધાંમાંથી અમે પસાર થઈ ચૂક્યા છીએ. પણ એ બધું અમે પાઈપલાઈન નાખી એ પહેલાંનો સમય, બરોબરને બ્રુસ ?"

"આ 'પાઈપલાઈન નાખી એ પહેલાંનો સમય' એટલે શું ?" એ અજાણ્યા માણસે પૂછ્યું, "મને કંઈક સમજાવશો ?"

"અરે, સમજાવવામાં તો મને અત્યંત આનંદ આવશે," પોલે આનંદથી કહ્યું. "પણ અમારે અત્યારે કાર બુક કરાવવા જવું પડશે. એટલે તમે તમારું બિઝનેસ કાર્ડ મને આપી રાખો. તમે અમેરિકા પહોંચો એ પછી અમારામાંથી કોઈ તમને બધું સમજાવવા ફોન કરશે."

પેલા ચિંતિત લાગતા અજાણ્યા માણસે પોતાનું બિઝનેસ કાર્ડ પોલના હાથમાં મૂક્યું. સામે પોલે પોતાના હાથમાં રહેલું પુસ્તક તેના હાથમાં મૂક્યું.

"તમે તમારી ફ્લાઈટની રાહ જોઈ રહ્યા છો, એ દરમિયાન આ

પુસ્તક વાંચો," પોલે કહ્યું, "એટલે અમે જ્યારે ફોન કરીએ, તો આ પુસ્તક વિષે પણ આપણે વાત કરી શકીશું."

એમ કહીને પોલ અને બ્રુસ કાર બુક કરાવવા જતા રહ્યા. જોકે તેમણે પેલા માણસનું બિઝનેસ કાર્ડ અવશ્ય વાંચી લીધું.

બોબ બ્રુનો

એટર્ની એટ લો

1–800– કેસ કરો

"બોબ બ્રુનો, એટર્ની એટ લો," પોલે કહ્યું, "મને લાગે છે કે શ્રીમાન બ્રુનોને પાઈપલાઈન નાંખવાની તક ઝડપી લેવી ગમશે, બરોબરને ?"

"બ્રુનો. બ્રુનો." બ્રુસે ધીમે-ધીમે આ નામ બે વાર ઉચ્ચાર્યું. "આ બ્રુનો નામ બહુ પરિચિત લાગે છે."

"એ ગમે તે હોય, પણ મને આ માણસ બ્રુનો વિષે સારા વિચારો જ આવી રહ્યા છે," પોલે કહ્યું, "જ્યારે તું મારી સાથે જોડાયો, ત્યારે જે વિચારો આવતા હતા, એવા જ. મને લાગે છે કે બ્રુનો આપણો સારો મિત્ર બની રહેશે અને સારી પાઈપલાઈન પણ સર્જશે !"

પોલ અને બ્રુસે અવળા ફરીને એકવાર બ્રુનો પર નજર કરી લીધી.

પેલા ચિંતિત લાગતા વકીલે પુસ્તક પોતાના હાથમાં એક નાના બાળકની જેમ પકડ્યું હતું. તે પુસ્તકનું શીર્ષક મનોમન વાંચી રહ્યો.

પછી, જેમ કોઈ દાદા પોતાના પૌત્રએ આપેલી ભેટ નજાકતથી ખોલે, એમ *'સફળતાની પાઈપલાઈન, જીવનની લાઈફલાઈન'* પુસ્તક ખોલે છે અને વાંચવા માંડે છે.

• • •